AF519057

ലിറ്റിൽ ഗ്രീൻ

കാമധേനു

കെ.ജി. രഘുനാഥ്

അദ്ധ്യാപകൻ, എഴുത്തുകാരൻ.
കൊല്ലം ജില്ലയിലെ കോട്ടുക്കലിൽ ജനനം.
പ്രധാന കൃതികൾ: അന്തിമഹാകാലം, ചിദംബരപർവ്വം,
പറയാൻ മറന്നുപോയത്, പിറന്നാൾ സമ്മാനം,
തേക്കുപാറയിലെ സൂര്യൻ, (നോവലുകൾ),
മീശ തിന്നുന്ന കുതിര, വെറീണിയ (നാടകങ്ങൾ).
നാടകവും നാട്യകലയും, കവികളും കവിതാചരിത്രവും,
അടയാളം, മലയാളത്തിന്റെ നാടൻ സൗന്ദര്യം, (പഠനം),
ശ്രീരാമൻ ചിന്താക്കുഴപ്പത്തിലാണ്, മരിയാസിന്റെ
ഡയറിക്കുറിപ്പുകൾ, ജാനകീറാമിലെ
കണ്ടക്ടർ (ചെറുകഥാ സമാഹാരങ്ങൾ), വെളിച്ചംതേടി,
ഇതിഹാസങ്ങളിലെ പ്രണയമുഹൂർത്തം.
പുരസ്കാരങ്ങൾ: അബുദാബി ശക്തി അവാർഡ്,
ജോസഫ് മുണ്ടശ്ശേരി സ്മാരക സംസ്ഥാന അവാർഡ്,
പി.ടി.ഭാസ്ക്കരപ്പണിക്കർ സ്മാരക അവാർഡ്,
വിദ്യാരംഗം സംസ്ഥാന അവാർഡ്. മികച്ച അധ്യാപകനുള്ള
ജെയിൻസ് ഇന്റർനാഷണൽ എക്സലൻസ് അവാർഡ്
തുടങ്ങി പല അംഗീകാരങ്ങളും ലഭിച്ചിട്ടുണ്ട്.

ബാലസാഹിത്യം

കാമധേനു

കെ.ജി. രഘുനാഥ്

Little Green

little green
an imprint of green books private limited
gb building, civil lane road, ayyanthole,
thrissur- 680 003, kerala, ph: +91 487-2381066, 2381039
website: www.greenbooksindia.com
e-mail: info@greenbooksindia.com

branches:
thrissur 0487-2422515
thiruvananthapuram 0471-2335301
calicut 0495 4854662

malayalam
kamadhenu
children novel
by
k.g. raghunath

published april 2023

illustrations : sreehari
cover design : aswathy hariharan

printed in india
repro india ltd

isbn : 978-93-95878-84-5

₹ 190.00
LGPL/047 /2023

അവതാരിക

ഗ്രാമീണ ജിവിതത്തിന്റെ നേർക്കാഴ്ചകൾ

മലയത്ത് അപ്പുണ്ണി

മലയാളത്തിൽ മുമ്പ് ബാലസാഹിത്യശാഖ എന്ന ഒന്നുണ്ടായിരുന്നില്ല. പുരാണകഥകൾ, അറബിക്കഥകൾ, പഞ്ചതന്ത്രം കഥകൾ, വിക്രമാദിത്യകഥകൾ ഇവയൊക്കെ കുട്ടികൾക്കും ഇഷ്ടമായതുകൊണ്ട് അതിലെ കഥകൾ കുട്ടികൾക്ക് ഹൃദ്യമാകുന്ന രീതിയിൽ രക്ഷിതാക്കൾ പറഞ്ഞുകൊടുക്കും. സ്വയം വായിച്ച് ആസ്വദിക്കാനുള്ള കഴിവു വന്നാൽ ഇത്തരം കൃതികളും നാടോടിക്കഥകളും തേടിപ്പിടിച്ച് വായിച്ചാണ് കുട്ടികൾ അവരുടെ ആസ്വാദന തൃഷ്ണയെ ശമിപ്പിച്ചിരുന്നത്. ഇന്ന് ആ സ്ഥിതി മാറി. ധാരാളം ബാലസാഹിത്യ കൃതികളും ബാലമാസികകളും ദ്വൈവാരികകളും പ്രസിദ്ധീകരിക്കുന്നുണ്ട്. എന്നാൽ ഇവയിൽ കതിർക്കനമുള്ളവ വളരെ വിരളമാണ് എന്നു പറയേണ്ടിയിരിക്കുന്നു. 'കാലം കതിരുകൾ സൂക്ഷിക്കും, പതിരുകൾ പാറ്റിക്കളയും' എന്ന ചെല്ലുണ്ടല്ലോ.

ബാലസാഹിത്യത്തിൽ പഴങ്കഥകളുടെ പുനരാഖ്യാനത്തിലാണ് മിക്ക എഴുത്തുകാരും ശ്രദ്ധ കൊടുക്കുന്നത്. മൗലികമായ കഥകൾ വിരളമാണ്. പി. സുരേന്ദ്രനാഥ്, മാലി, സുമംഗല, സിപ്പി പള്ളിപ്പുറം തുടങ്ങിയവർ ബാലസാഹിത്യത്തിന് മികച്ച സംഭാവന നൽകിയിട്ടുള്ളവരാണ്. മലയാളത്തിലെ മഹാപ്രതിഭകളായിരുന്ന എഴുത്തുകാരും കുട്ടികൾക്കുവേണ്ടി രചനകൾ നടത്തിയിട്ടുണ്ട്. അക്കൂട്ടത്തിൽ എറെ ശ്രദ്ധിക്കപ്പെട്ട ഒരു കൃതിയാണ് നന്തനാരുടെ

'ഉണ്ണിക്കുട്ടന്റെ ലോകം'. അതേഗണത്തിൽ പെടുത്താവുന്ന ഒരു മികച്ച ബാലസാഹിത്യ കൃതിയാണ് കെ.ജി. രഘുനാഥിന്റെ കാമധേനു എന്ന നോവൽ.

നോവൽ, ചെറുകഥ, നാടകം തുടങ്ങിയ സാഹിത്യശാഖയിൽ ശ്രദ്ധേയങ്ങളായ കൃതികളും കുട്ടികൾക്കുവേണ്ടി മികച്ച മൗലിക കൃതികളും എഴുതിയിട്ടുള്ള പ്രശസ്ത സാഹിത്യകാരനാണ് ശ്രീ കെ.ജി. രഘുനാഥ്. അദ്ദേഹത്തിന്റെ 'കാമധേനു' എന്ന ഈ നോവൽ ഒരു പുതിയ ലോകമാണ് അനാവരണം ചെയ്യുന്നത്.

കണ്ണൻ എന്ന കുട്ടിയും അവന്റെ വീട്ടിലെ കറുമ്പി, നന്ദിനി എന്നീ പശുക്കളുമാണ് ഈ നോവലിലെ പ്രധാന കഥാപാത്രങ്ങൾ. ഒരു കുടുംബത്തിന്റെ താങ്ങായി പശു മാറുന്നത് വളരെ ആസ്വാദ്യമായിട്ടാണ് ഗ്രന്ഥകാരൻ വർണ്ണിച്ചിട്ടുള്ളത്. പശുവിന് തൊഴുത്തുണ്ടാക്കാൻ വീട്ടിൽവരുന്ന ശങ്കു ആശാരിയും വല്യമ്മാവനും അച്ഛനുമൊക്കെ നടത്തുന്ന നാട്ടുവർത്തമാനങ്ങൾ കണ്ണൻ കൗതുകത്തോടെ കാണുകയും കേൾക്കുകയും ചെയ്യുന്നു. അപ്പോൾ അവന്റെ മനസ്സിൽ ഉണ്ടാകുന്ന വികാരങ്ങൾ തന്മയത്വത്തോടെയാണ് ഗ്രന്ഥകർത്താവ് ആവിഷ്ക്കരിച്ചിട്ടുള്ളത്. പശു ഗർഭിണിയാണോ എന്നു ചുനപ്പാൽ കറന്ന് അച്ഛൻ പരിശോധിക്കുമ്പോൾ കണ്ണന്റെ സംശയങ്ങളും അച്ഛന്റെ മറുപടിയും വളരെ ഹൃദ്യമായിട്ടുണ്ട്.

സ്കൂളിലേക്ക് കൂട്ടുകാരുമൊത്തു കണ്ണൻ പോകുമ്പോൾ വീട്ടിലെ പശു പ്രസവിച്ചത് നേരിട്ടു കണ്ട കാര്യവും മറ്റും അത്ഭുതത്തോടെയാണ് കൂട്ടുകാർക്ക് പറഞ്ഞുകൊടുക്കുന്നത്. മനുഷ്യർക്കെന്നപോലെ പശുവിനും പ്രസവാനന്തര ശുശ്രൂഷയ്ക്കായി നാടൻമരുന്നുകൾ കൊടുക്കുന്നത് കണ്ണൻ ആശ്ചര്യത്തോടാണ് കാണുന്നത്. പഴയകാല ഗ്രാമീണ വ്യവസ്ഥകളുടെ നേർക്കാഴ്ചകളാണ് കുട്ടികൾക്കു പകരുന്നത്. പാലും മോരും കടകളിലേക്കും വീടുകളിലേക്കും നൽകി പശുവിനെക്കൊണ്ട് ജീവിതം നയിക്കുന്ന ഗ്രാമീണരുടെ ക്ലേശപൂർണ്ണമായ ജീവിതവും ഈ കൃതിയിൽ തുടിക്കുന്നുണ്ട്.

ചക്കയും മാങ്ങയും അയൽവീടുകളുമായി പങ്കിടുന്ന അന്നത്തെ സമ്പ്രദായവും വ്യക്തിബന്ധങ്ങളുടെ

ഇഴയടുപ്പവും വൈവിധ്യമാർന്ന കഥാപാത്രങ്ങളിലൂടെ അവതരിപ്പിച്ച് വായനക്കാരന്റെ ഹൃദയത്തിൽ പതിപ്പിക്കാൻ രഘുനാഥിന് കഴിഞ്ഞിട്ടുണ്ട്. പ്രമുഖ വാരികയിൽ ഖണ്ഡശ്ശ മായി പ്രസിദ്ധീകരിച്ച് വായനക്കാരുടെ പ്രശംസ ഏറ്റു വാങ്ങിയ ഈ നോവൽ കുട്ടികൾക്കു മാത്രമല്ല മുതിർന്ന വർക്കും ഹൃദ്യമാകും. കെ.ജി.രഘുനാഥിന്റെ ഈ കൃതി ബാലസാഹിത്യത്തിന് ഒരു മുതൽക്കൂട്ടാകും, തീർച്ച.

■

കറുമ്പിപ്പശു

സ്കൂളില്ലാത്തതുകൊണ്ട് കണ്ണൻ പതിവിലും വൈകിയാണ് എഴുന്നേറ്റത്. വീടിന്റെ വടക്കുവശത്തുള്ള വരാന്തയുടെ കഴിക്കോലിൽ കെട്ടിത്തൂക്കിയ ചുരയ്ക്കാ കുടുക്കയിൽ നിന്ന് ഉമിക്കരിയെടുത്ത് ഇടതുകൈവെള്ളയിലിട്ട് മുറുക്കിപ്പിടിച്ചുകൊണ്ട് മുറ്റത്തേക്കിറങ്ങി.

കണ്ണനെ മുറ്റത്തുകണ്ടതുകൊണ്ടാവും കളപ്പുരയോടു ചേർന്നുള്ള തൊഴുത്തിൽനിന്ന് നന്ദിനി ചില ശബ്ദമുണ്ടാക്കി. അവളുടെ അടുത്തേക്കു വിളിക്കുന്ന ശബ്ദമാണ് അത്. കളപ്പുരയിലിൽ കയറി കുറച്ച് വൈക്കോൽ പുല്ലുകൂട്ടിലേക്ക് ഇട്ടുകൊടുത്തിട്ട് നന്ദിനിയുടെ തലയിൽ അവൻ പതുക്കെ തലോടി.

തൊഴുത്തിൽ കറുമ്പിപ്പശുവും കുട്ടിയും നിന്നസ്ഥലം ഒഴിഞ്ഞു കിടക്കുന്നതുകണ്ടപ്പോൾ അവന് സങ്കടം വന്നു. തലേദിവസം രാത്രിയിൽ നന്ദിനി കരയുന്നത് കണ്ണൻ കേട്ടിരുന്നു. അവളുടെ അമ്മ ഒപ്പം ഇല്ലാത്തതുകൊണ്ടാവും കരഞ്ഞതെന്ന് മനസ്സിലായി. പല്ലു തേയ്ക്കാതെ ഉമിക്കരി കയ്യിൽ പിടിച്ച് കളപ്പുരയിലിൽനിന്ന് ഉമ്മറത്തേക്കുവന്ന് അവൻ തിണ്ണയിൽ ഇരുന്നു. കറുമ്പിയേയും കുട്ടിയേയും കൊണ്ടുപോയതാണ് അവനെ കൂടുതൽ സങ്കടപ്പെടുത്തിയത്.

മുറ്റം അടിച്ചുവാരുന്ന അമ്മയെ കണ്ണൻ ശ്രദ്ധിച്ചതേയില്ല. പല്ലു തേയ്ക്കാതെ സങ്കടപ്പെട്ടിരിക്കുന്ന കണ്ണനെ അമ്മ ശ്രദ്ധിക്കുന്നുണ്ടായിരുന്നു. തൊഴുത്തിലേക്കു നോക്കിയുള്ള കണ്ണന്റെ ഇരിപ്പു കണ്ടപ്പോൾ പ്രയാസത്തിനുള്ള കാരണമെന്തെന്ന് അവർക്ക് മനസ്സിലായി.

കറുമ്പിയില്ലാത്ത തൊഴുത്തിലേക്ക് നോക്കിയപ്പോൾ അവർക്കും സങ്കടം വന്നു. മുറ്റമടി കഴിഞ്ഞപ്പോൾ അമ്മ, കണ്ണന്റെ അടുത്തു വന്ന് നെറുകയിൽ സ്നേഹത്തോട് ഉമ്മവച്ചു. അമ്മയുടെ കണ്ണു നിറഞ്ഞത് അവൻ കണ്ടു.

''മോൻ വിഷമിക്കണ്ട. അച്ഛൻ, കറുമ്പിയേക്കാൾ നല്ല പശുവിനെയും കുട്ടിയേയും അടുത്ത ചന്തയ്ക്കുപോയി വാങ്ങും. കണ്ണൻ

പോയി പല്ലുതേച്ചുവാ. ഇന്ന് അമ്മ കണ്ണന് ഇഷ്ടമുള്ള പലഹാരമാ ഉണ്ടാക്കുന്നത്.'' അമ്മ ആശ്വസിപ്പിച്ചു.

തലേദിവസം ഉണ്ടായ കാര്യങ്ങൾ അമ്മയ്ക്കും സങ്കടവും ദേഷ്യവും ഉണ്ടാക്കുന്നുണ്ടെന്ന് അവനറിയാം.

''എന്താ പലഹാരം..?'' അമ്മയുടെ മുഖത്തു നോക്കാതെ ചോദിച്ചു.

''കൊഴക്കട്ട...''

ചിരിക്കാൻ ശ്രമിച്ചുകൊണ്ട് അമ്മ പറഞ്ഞു. അതുകേട്ട് കണ്ണനും അമ്മയെ നോക്കി ചിരിച്ചു.

കൊഴക്കട്ട അവന് ഇഷ്ടമാണ്. കുതിർത്ത ഉണക്കലരിയും പച്ചരിയും തേങ്ങയും ജീരകവും പാകത്തിന് ഉപ്പുംചേർത്ത് വെള്ള മില്ലാതെ ആട്ടുകല്ലിൽ അരച്ചെടുത്ത്, ചെറിയ പന്തിന്റെ വലിപ്പത്തിൽ തിളച്ചവെള്ളത്തിൽ ഉരുട്ടിയിട്ട് വേവിച്ചെടുക്കുമ്പോഴാണ് കൊഴക്കട്ട എന്ന പലഹാരമാകുന്നത്. അത് കഴിക്കാൻ നല്ല രുചിയാണ്. വേവി ച്ചെടുത്തശേഷമുള്ള വെള്ളം കുടിക്കാനും ഒരു പ്രത്യേക സ്വാദാണ്.

''ശർക്കരകൊഴക്കട്ടയാണോ...?'' അവൻ ചോദിച്ചു.

''ശർക്കര തീർന്നുപോയി. അത് പിന്നൊരുദിവസം ഉണ്ടാക്കാം. ഇന്ന് വെറും കൊഴക്കട്ട. മോൻ പല്ലുതേച്ചു വരുമ്പോഴേക്കും അച്ഛനും വരും. അപ്പോഴേക്കും അമ്മ കൊഴക്കട്ട ഉണ്ടാക്കാം.'' കണ്ണനെ ആശ്വ സിപ്പിച്ച് അമ്മ, അടുക്കളയിലേക്കു പോയി.

ഇഡ്ഡലിത്തട്ടിൽവച്ച് ആവിയിൽ പുഴുങ്ങിയെടുക്കുന്ന ശർക്ക രയും തേങ്ങയുംവച്ച കൊഴക്കട്ടയാണ് അവനിഷ്ടം. പല്ലു തേയ്ക്കാ നായി എഴുന്നേറ്റപ്പോൾ തൊഴുത്തിൽ നിൽക്കുന്ന നന്ദിനിയെ വീണ്ടും നോക്കി.

കറുമ്പി കാളക്കുട്ടനെ പ്രസവിച്ചതിന്റെ പിറ്റേദിവസംമുതൽ കാളക്കുട്ടൻ അവന്റെ ചങ്ങാതിയായി. നന്ദിനിയെ മറന്ന് കാളകുട്ട നോടാണ് അവൻ കളിക്കാൻ കൂടിയത്. കയ്യിലിരുന്ന ഉമിക്കരി കൈ വെള്ളയിലിട്ട് പൊടിക്കുമ്പോഴും തലേദിവസം കാളക്കുട്ടനുമായി കളിച്ച രംഗങ്ങളാണ് അവൻ ഓർത്തത്.

പല്ലുതേച്ച് വായ് കഴുകാനായി കിണറിനടുത്തേക്കു നടന്നു. കിണറ്റിൽനിന്ന് കോരിയെടുത്ത വെള്ളം ചെറിയ ഓട്ടുപാത്രത്തിൽ അച്ഛൻ ആള്ളോടിയിൽ* കണ്ണനുവേണ്ടി നിറച്ചുവച്ചിട്ടുണ്ട്. നാക്കു വടിക്കാനായി കീറിവച്ച ഈർക്കിലും പാത്രത്തിന്റെ അടുത്തുണ്ട്.

---

* കിണറ്റിനുചുറ്റും രണ്ടടി വീതിയിലും ഒരടി ഉയരത്തിലും കെട്ടി ഉയർ ത്തിയ സ്ഥലം)

കിണറിന്റെ ചുറ്റുവട്ടത്തായി പല തരത്തിലുള്ള വാഴകൾ അച്ഛൻ വച്ചുപിടിപ്പിച്ചിട്ടുണ്ട്. കൂട്ടത്തിൽ ഒരു വാഴ കണ്ണന്റേതാണ്. അച്ഛനാണ് തടമെടുത്ത് അതിൽ കണ്ണനെക്കൊണ്ട് തൈ വയ്പ്പിച്ചത്. മുഖം കഴുകുന്ന വെള്ളമാണെങ്കിലും അത് തന്റെ വാഴയ്ക്കുതന്നെ കിട്ടാൻ വേണ്ടി വാഴത്തടത്തിനടുത്തേയ്ക്കാണ് പാത്രമെടുത്ത് ഈർക്കിലുമായി പോയത്. അപ്പോഴും പശുക്കുട്ടിയുടെ കാര്യമാണ് മനസ്സിൽ മായാതെ കിടന്നത്.

പല്ലുതേപ്പു കഴിഞ്ഞിട്ടും അടുക്കളയിലേക്ക് പോകാൻ കണ്ണനു തോന്നിയില്ല. അച്ഛൻ വരാതെ അമ്മ പലഹാരം തരില്ല. എന്തു കഴിക്കുന്നതും വീട്ടിലെ എല്ലാവരും ഒരുമിച്ചായിരിക്കണം എന്നതാണ് വീട്ടിലെ നിയമം. ആ നിയമം ആരും തെറ്റിച്ചില്ല. പാടത്തുനിന്നുള്ള അച്ഛന്റെ വരവും കാത്ത് തിണ്ണയിൽ വന്നിരുന്നപ്പോൾ കറുമ്പിയുടെ കുട്ടി കാട്ടിയ ഓരോ വികൃതിത്തരങ്ങൾ അവന്റെ മനസ്സിലേക്കു വന്നു.

* * * * * *

പാടത്ത് വിത്ത് വിതച്ചാൽ അത് കൊയ്യുന്നതുവരെ, ഒരു ദിവസവും മുടങ്ങാതെ രാവിലെ എഴുന്നേറ്റ് പാടത്തേക്കു അച്ഛൻ പോകും. വീട്ടിൽനിന്നും അല്പം അകലെയാണ് പാടം.

സൂര്യൻ ഉദിച്ചുകഴിഞ്ഞാൽ പിന്നീട് ഉറങ്ങാൻ പാടില്ലെന്നാണ് അച്ഛന്റെ നിയമം. സൂര്യൻ ഉദിക്കുന്നതിനു മുൻപു എഴുന്നേറ്റു ദിനചര്യകൾ കഴിഞ്ഞാൽ അച്ഛൻ പാടത്തേക്കുപോകും. നെല്ലിന് ആവശ്യത്തിന് വെള്ളം തുറന്നുവിട്ടും അതിനെ ശുശ്രൂഷിച്ചും പാടത്തുനിന്നുവരാൻ ചിലപ്പോൾ എട്ടുമണിയെങ്കിലും ആകാറുണ്ട്.

കൃത്യസമയത്ത് അടിക്കുന്ന അലാറംപോലെ അച്ഛന്റെ ശബ്ദമാണ് കണ്ണനെ രാവിലെ ഉണർത്തുന്നത്. എല്ലാ ദിവസവും രാവിലെ കൃത്യസമയത്ത് എഴുന്നേൽക്കാൻ അച്ഛന് എങ്ങനെയാണ് കഴിയുന്നതെന്ന് കണ്ണൻ അത്ഭുതപ്പെടാറുണ്ട്.

പുലർച്ചെ എവിടെയെങ്കിലും പോകാനുണ്ടെങ്കിൽ മാത്രമാണ് മേശപ്പുറത്തുവച്ചിട്ടുള്ള ടൈംപീസിൽ കിടക്കുന്നതിന് മുമ്പേ അച്ഛൻ അലാറം കൊടുക്കുന്നത്. ആ ടൈംപീസിന്റെ പേര് 'ഫേബർലൂബ' എന്നാണെന്ന് അതിൽ എഴുതിയിരിക്കുന്ന ചെറിയ അക്ഷരം നോക്കി ഒരു ദിവസം ചേച്ചി പറഞ്ഞു. ആ പേര് അവന് ഇഷ്ടമായില്ല. എങ്കിലും രാത്രിയിലും സമയം നോക്കാൻ കഴിയുന്ന ആ ടൈംപീസ് ഒരു അത്ഭുതമായിട്ടാണ് അവന് തോന്നിയത്. രാത്രിയിൽ വിളക്കില്ലെങ്കിലും

ഒന്നുമുതൽ പന്ത്രണ്ടുവരെയുള്ള അക്കങ്ങളും വലിയ സൂചിയും ചെറിയ സൂചിയും നന്നായി കാണാൻ കഴിയും.

പല ദിവസങ്ങളിലും കണ്ണൻ എഴുന്നേറ്റു മുറ്റത്തേക്കിറങ്ങുമ്പോൾ ത്തന്നെ അച്ഛൻ പറമ്പിലെ പണി ആരംഭിച്ചിട്ടുണ്ടാവും. രാവിലെ തന്നെ അച്ഛൻ ഓരോരോ പണിയിൽ ഏർപ്പെടുമ്പോൾ വീട്ടിലെ ജോലികൾക്ക് ഒരിക്കലും അവസാനമില്ലെന്ന് അവന് തോന്നിയിട്ടുണ്ട്. രാവിലെ എഴുന്നേൽക്കുന്നതിൽ ചെറിയ ഇളവ് അച്ഛൻ അവന് അനുവദിച്ചത് സ്കൂൾ ഇല്ലാത്ത ദിവസം മാത്രമാണ്.

വീടിനടുത്തുള്ള പാടത്താണ് അച്ഛൻ നിലം ഉഴുതുന്നതെങ്കിൽ അമ്മയുടെ അനുവാദം വാങ്ങി കണ്ണനും സ്കൂളില്ലാത്ത ദിവസം പാടത്തേക്കു പോകും. കാളകളുടെ കഴുത്തിൽ നുകം വെച്ചുകെട്ടി, ആ നുകത്തിന്റെ മദ്ധ്യത്ത് കലപ്പ, ബലമുള്ള കയറുകൊണ്ട് കെട്ടി, ഇടതു കയ്യുകൊണ്ട് അതിന്റെ പിടിയിൽ പിടിച്ച് വലതുകൈകൊണ്ട് പൂട്ടുകമ്പുമായി ചളിവെള്ളത്തിലൂടെ കാളകളുടെ പിന്നാലെ നടക്കുന്നത് രസമുള്ള കാര്യമായിട്ടാണ് കണ്ണന് തോന്നിയത്.

പാടത്തെ ചളിവെള്ളത്തിലിറങ്ങി നടക്കുന്നത് കണ്ണന് ഏറെ ഇഷ്ടമാണ്. പൂട്ടുന്ന അച്ഛന്റെ പിന്നാലെ നടക്കുമ്പോൾ അച്ഛൻ ദേഷ്യപ്പെടും.

''അച്ഛാ... ഞാൻ ആ കലപ്പയിലൊന്നു പിടിക്കട്ടെ.'' ഒരു ദിവസം അവൻ കെഞ്ചി അച്ഛനോട് അപേക്ഷിച്ചു.

കണ്ണന്റെ നിർബ്ബന്ധത്തിനുവഴങ്ങി കലപ്പയിൽ പിടിക്കാൻ അച്ഛൻ അനുവദിച്ചു. കണ്ണന്റെ കൈ കലപ്പയിൽ തൊട്ടതും കാളകൾ അത് തിരിച്ചറിഞ്ഞ് തലയിളക്കി പ്രതിഷേധിച്ചു. അതു കണ്ടപ്പോൾ കണ്ണന് പേടിയായി.

''ഞാൻ പറഞ്ഞാല് കാളകള് അനുസരിക്കാതെ തോന്നിയതു പോലാ പോകുന്നത്. അതെന്താ അച്ഛാ?'' കണ്ണൻ ചോദിച്ചു.

''വലുതായാൽ കാളകൾ കണ്ണനെയും അനുസരിക്കും.'' അച്ഛൻ കണ്ണനെ ആശ്വസിപ്പിച്ച് അവന്റെ കൈയിൽനിന്ന് കലപ്പവാങ്ങിക്കൊണ്ട് അച്ഛൻ പറഞ്ഞു.

അച്ഛൻ നിലം ഉഴുതു കഴിയുന്നതുവരെ പാടത്തും, പാടത്തിനോടു ചേർന്നുള്ള ചെറുതോട്ടിലും ഇറങ്ങി പരൽമീനുകളെ പിടിച്ചും പാടവരമ്പത്തെ ഓട്ടയിൽ ഒളിഞ്ഞിരിക്കുന്ന ഞണ്ടുകളെ ഈർക്കിൽ വളച്ചുകെട്ടി പിടിക്കാൻ ശ്രമിച്ചും അവൻ സമയം കളയും.

നിലം ഉഴുതു കഴിഞ്ഞാൽ കാളകളെ കുളിപ്പിക്കാൻ അല്പം അകലെയുള്ള വലിയ തോട്ടിലാണ് അച്ഛൻ കൊണ്ടു പോകുന്നത്.

മഴക്കാലത്ത് വലിയതോട് എരച്ചു പാഞ്ഞുപോകുന്നത് പുഴപോലെയാണ്. വേനൽക്കാലത്തും അരയോളം വെള്ളം ആ തോട്ടിലുണ്ടാവും.

മഴക്കാലത്ത് പാടത്തിനോട് ചേർന്നൊഴുകുന്ന ചെറിയ തോട്ടിലും കാളകളെ കുളിപ്പിക്കാനുള്ള വെള്ളം ഉള്ളതുകൊണ്ട് അവിടെ നിർത്തിയാവും കുളിപ്പിക്കുക. മഴക്കാലത്ത് തോടിന്റെ കരയിൽ താമസിക്കുന്ന പല വീട്ടുകാരും അവരുടെ തുണി അലക്കുന്നതും കുളിക്കുന്നതും ചെറിയ തോട്ടിൽത്തന്നെയാണ്.

വേനൽ തുടങ്ങുന്നതിന് പലരും താല്ക്കാലിക തടയണ കെട്ടി വെള്ളം തടഞ്ഞു നിർത്തും. ഒഴുക്കുള്ള വെള്ളം പെട്ടെന്ന് ശുദ്ധമാകുമെന്ന് അച്ഛൻ പറഞ്ഞെങ്കിലും ചെറിയ തോട്ടിലെ വെള്ളത്തിൽ കുളിക്കുന്നത് കണ്ണന് ഇഷ്ടമല്ല. വലിയ തോട്ടിലെ വെള്ളത്തിൽ മുങ്ങിക്കുളിക്കുന്നത് അവന് ഇഷ്ടമാണ്.

കാളകളെ അച്ഛൻ തേച്ചു കുളിപ്പിക്കുമ്പോഴും കാളകൾ അച്ഛൻ പറയുന്നതുപോലെ അനങ്ങാതെ നിൽക്കും.

''ഞാൻ പറഞ്ഞാൽ എന്താ അച്ഛാ കാളകൾക്ക് മനസ്സിലാകാത്തത്?'' ഒരുദിവസം കണ്ണൻ ചോദിച്ചു.

''മീശ കിളിച്ചവര് പറഞ്ഞാലേ കാള അനുസരിക്കൂ.'' അച്ഛൻ പറഞ്ഞു.

അത് കേട്ടപ്പോൾ ചേച്ചി ചിരിക്കുന്നത് കണ്ണൻ കണ്ടു. അച്ഛൻ പറഞ്ഞത് ശരിയല്ലെന്ന് ചേച്ചിയുടെ ചിരി കണ്ടപ്പോൾ കണ്ണൻ സംശയിച്ചു.

''വല്യമ്മാമേടെ വീട്ടിലെ നിലം ഉഴുതുന്ന ബാലേട്ടന് മീശയില്ലല്ലോ. എന്നിട്ടും വലിയ കൊമ്പുള്ള കാളകൾ ബാലേട്ടനെ അനുസരിക്കുന്നതോ?'' അച്ഛൻ പറഞ്ഞത് ശരിയല്ലെന്ന് പെട്ടെന്ന് കണ്ണൻ സമർത്ഥിച്ചു.

അതുകേട്ട് അച്ഛനും ചേച്ചിയും ഉച്ചത്തിലാണ് ചിരിച്ചത്. അവർ ചിരിച്ചതെന്തിനെന്ന് അപ്പോഴും കണ്ണന് മനസ്സിലായില്ല.

* * * * * *

പാടത്തുപോയ അച്ഛൻ വരാൻ വൈകിയപ്പോൾ ആലോചനയിൽ നിന്ന് ഉണർന്ന് കണ്ണൻ അടുക്കളയിലേക്ക് പോയി.

വല്യമ്മാമ

പലഹാരം ഉണ്ടാക്കി കഴിഞ്ഞെങ്കിലും ചായപ്പാത്രം അമ്മ അടുപ്പത്ത് വച്ചിട്ടില്ല. അച്ഛൻ വരാതെ പലഹാരത്തിൽ തൊടാൻപോലും അമ്മ അനുവദിക്കില്ല.

''ചായ ഉണ്ടാക്കിയില്ലേ?'' അവൻ ചോദിച്ചു.

''ഇപ്പോ, ചായയ്ക്ക് വെള്ളം വയ്ക്കാം. വെള്ളം തിളയ്ക്കുമ്പോഴേക്കും അച്ഛൻ വരും. കട്ടൻചായയാ.'' അമ്മ കണ്ണനെ നോക്കി സ്നേഹത്തോടെ പറഞ്ഞു.

അടുക്കളയിൽ നിന്നിറങ്ങി അച്ഛനെയും കാത്ത് മുറ്റത്തേക്കു കയറുന്ന പടിയിൽ വന്നിരുന്നപ്പോൾ തെങ്ങുകൾക്കിടയിലൂടെ കടന്നു വരുന്ന പ്രകാശം അവന്റെ ദേഹത്ത് തട്ടി. രാവിലെ പടിയിലിരുന്നാൽ സൂര്യൻ ഉദിച്ചു വരുന്നതുകാണാം. കിഴക്കെ ദിക്കിലെ മേഘങ്ങളിൽ വിവിധ നിറങ്ങളും അതിൽ ചില രൂപങ്ങളും അവൻ കണ്ടു. രാവിലെ സൂര്യനെ കണ്ടുകൊണ്ടു തുടങ്ങുന്ന ദിവസം പ്രത്യേക സന്തോഷം ഉണ്ടാകുമെന്ന് അച്ഛൻ പറഞ്ഞിട്ടുള്ളത് അവൻ ഓർത്തു.

ഒരു അണ്ണാറക്കുട്ടൻ അരയിൽ കെട്ടിയ മണി കിലുക്കിയതു പോലെ ശബ്ദമുണ്ടാക്കി പറമ്പിലൂടെ പോകുന്നതു കണ്ടു. കണ്ണൻ അതിനെ നോക്കിക്കൊണ്ട് പതുക്കെ എഴുന്നേറ്റു. അപ്പോഴേക്കും പെട്ടെന്ന് അത് തെങ്ങിലേക്ക് ഓടിക്കയറി.

അവൻ അതിനെത്തന്നെ ശ്രദ്ധിച്ചു. തല കീഴേക്കാക്കി അവനെ നോക്കി അത് ചിലച്ചുകൊണ്ടിരുന്നു. ശബ്ദവും വാലിന്റെ ചലനവും തമ്മിലുള്ള ബന്ധം അവൻ ശ്രദ്ധിച്ചു. ശബ്ദത്തിന്റെ താളത്തിനനുസരിച്ച് അതിന്റെ വാല് ഇളകുന്നത് കാണാൻ നല്ല രസം തോന്നി. അവൻ എഴുന്നേറ്റ് തെങ്ങിനടുത്തേക്കു നടന്നപ്പോൾ പെട്ടെന്ന് അത് മുകളിലേക്കു കയറി. കണ്ണൻ വീണ്ടും പടിയിൽ വന്നിരുന്നു. അപ്പോൾ അത് തെങ്ങിൽ നിന്നിറങ്ങി അടുത്തുള്ള മാവിൽക്കയറി തല ഉയർത്തിപ്പിടിച്ച് അവനെ തുറിച്ചുനോക്കി എന്തോ പറഞ്ഞുകൊണ്ട്

കടന്നുപോയി. അതിന്റെ ഭാഷ മനസ്സിലായെങ്കിൽ എന്ന്, അവൻ ആഗ്രഹിച്ചു.

''എന്തിനാ കണ്ണാ, ഇവിടെ വന്നിരിക്കുന്നത്. രാവിലെ പഠിക്കാനുള്ള എന്തെങ്കിലും എടുത്ത് വായിച്ചൂടെ'' ചേച്ചി വരാന്തയിലിരുന്ന് പാഠഭാഗം ഉച്ചത്തിൽ വായിക്കുന്നത് കേട്ടിട്ടാണ് തന്നോടും വായിക്കാൻ അച്ഛൻ പറഞ്ഞത്.

''ചായ കുടിച്ചിട്ട് വായിക്കാം.'' കണ്ണൻ അച്ഛന്റെ പിന്നാലെ മുറ്റത്തേക്കു കയറുമ്പോൾ പറഞ്ഞു.

എല്ലാവരും ഒരുമിച്ചിരുന്ന് ചായയും കൊഴക്കട്ടയും കഴിക്കുമ്പോൾ ചായയ്ക്കുള്ള പാല് അമ്മ എവിടെ നിന്നാണ് വാങ്ങിയതെന്നാണ് കണ്ണൻ ആലോചിച്ചത്. വീട്ടിലെ ആരും കേൾക്കാൻ ഇഷ്ടപ്പെടാത്ത കാര്യത്തെക്കുറിച്ച് ഒന്നും ചോദിക്കണ്ടെന്നു കരുതി അവൻ മിണ്ടാതിരുന്നു.

ചായ കുടിച്ചശേഷം വായിക്കാനായി പുസ്തകവുമെടുത്ത് ഉമ്മറത്തെ തിണ്ണയിൽ അവൻ വന്നിരുന്നു. അമ്മ വീടിന്റെ വരാന്ത തളിക്കാനുള്ള ശ്രമത്തിൽ പാത്രത്തിൽ വെള്ളവും കുട്ടയിൽ കരിയും വരാന്തയിൽ കൊണ്ടുവച്ചു. തൊണ്ട് കത്തിച്ചശേഷം തീ അണയുമ്പോൾ അത് ചാരം ആകുന്നതിനുമുമ്പ് അടുപ്പിൽനിന്ന് പുറത്തെടുത്ത് വെള്ളം തളിച്ച് തീയണച്ച് അതെടുത്ത് സൂക്ഷിച്ചുവയ്ക്കുന്നത് എന്തിനെന്ന് കണ്ണന് മനസ്സിലായി.

ചാണകക്കുഴിയിൽനിന്നും പാളയിൽ എടുത്തുകൊണ്ടുവന്ന ചാണകത്തിൽ തൊണ്ടിന്റെ കരി പൊടിച്ച് അതിൽ വെള്ളംചേർത്ത് കൈകൊണ്ടുതന്നെ കുഴച്ച് വീടിന്റെ തറയും ഭിത്തിയും അമ്മ തേയ്ക്കുന്നത് കണ്ണൻ നോക്കിനിന്നു. ആട്ടുകല്ലിൽനിന്ന് അരച്ചെടുത്ത മാവ് കൈകൊണ്ട് വടിച്ചെടുക്കുന്നതുപോലെ അത് കൈകൊണ്ട് വടിച്ചെടുക്കാൻ അമ്മയ്ക്ക് ഒരു മടിയുമില്ല. വർഷത്തിൽ രണ്ടു മൂന്നുവട്ടം അമ്മ ഇതുപോലെ വീട് മോടി പിടിപ്പിക്കും.

''കണ്ണാ, നിലം ഉണങ്ങാതെ വരാന്തയിൽ കയറല്ലേ.'' അമ്മ പറഞ്ഞു.

ഉണങ്ങിക്കഴിഞ്ഞാൽ സിമന്റിട്ടതുപോലെ നിലം മിനുസമുള്ളതാകുമെന്ന് കണ്ണനറിയാം. അവന്റെ കൂട്ടുകാരിൽ പലരുടെയും വീടും ചാണകം മെഴുകിയതാണ്. ഓടിട്ട വീടും സിമന്റിട്ട നിലവുമുള്ള ഒരു കൂട്ടുകാരൻ പുത്തൻവീട്ടിലെ മാധവൻ മാത്രമേയുള്ളൂ.

വീടിന്റെ അകവും വേനൽക്കാലത്ത് ചാണകംകൊണ്ട് തളിക്കാറുണ്ട്. ചാണകം മെഴുകിയ നിലത്താണ് പുൽപ്പായ വിരിച്ച് കണ്ണൻ ചേച്ചിയോടൊപ്പം ഉറങ്ങാൻ കിടക്കുന്നത്. സ്കൂളിൽ ചേരുന്നതു

വരെ ചൂരൽ വരിഞ്ഞ അച്ഛന്റെ കട്ടിലിലാണ് കണ്ണൻ കിടന്നത്. കണ്ണനെ സ്കൂളിൽ ചേർത്തതിനുശേഷം അവനും നിലത്ത് പായ വിരിച്ചാണ് കിടന്നത്.

''കണ്ണൻ വല്യ കുട്ടി ആയില്ലേ? ഇനി കണ്ണന് ചേച്ചിയോടൊപ്പം കിടക്കാം.'' സ്കൂളിൽ ചേർന്നതിനുശേഷം ഒരു ദിവസം അമ്മ പറഞ്ഞു.

അച്ഛന്റെ കട്ടിലിൽ കിടക്കുന്നതാണ് കണ്ണന് ഇഷ്ടമെങ്കിലും താൻ വലിയ കുട്ടിയായി എന്ന് അമ്മ പറഞ്ഞതിലുള്ള സന്തോഷം കൊണ്ടാണ് കണ്ണൻ ചേച്ചിയോടൊപ്പം കിടക്കാമെന്ന് സമ്മതിച്ചത്.

''കുട്ടികൾ വളരുന്നതിന് നിലത്ത് കിടക്കുന്നതാ നല്ലത്.'' അച്ഛനും പറഞ്ഞു.

ചേച്ചി അത് കേട്ട് ചിരിച്ചു. വീട്ടിൽ ഒരു കട്ടിൽ മാത്രമുള്ളതു കൊണ്ടാവും അച്ഛൻ അങ്ങനെ പറഞ്ഞതെന്ന് ചേച്ചിയുടെ ചിരി കണ്ടപ്പോൾ അവൻ സംശയിച്ചു. അമ്മ കിടക്കുന്നത് തട്ടൂടിയിലാണ്. അതിൽ കിടക്കുന്നതിനേക്കാൾ ഇഷ്ടം ചൂരൽവരിഞ്ഞ കട്ടിലിൽ കിടക്കുന്നതാണ്.

അച്ഛനോടൊപ്പം നാലഞ്ചുവർഷം കിടന്ന ചൂരൽ വരിഞ്ഞ കട്ടിലിൽ കയറി ഒരു ദിവസം ചാടിക്കളിച്ചതിന് അച്ഛൻ അടിച്ചത് അവന് മറക്കാൻ കഴിഞ്ഞിട്ടില്ല. അമ്മ ദേഷ്യപ്പെടുമെങ്കിലും അവനെ തല്ലിയിട്ടില്ല. അച്ഛൻ കൈകൊണ്ടാണ് അടിച്ചതെങ്കിലും നന്നായി വേദനിച്ചു. അടിയുടെ വേദനയേക്കാൾ കട്ടിലിൽ കയറിയതിന് അടിച്ചതിലുള്ള സങ്കടം മനസ്സിൽനിന്നു മാറിയില്ല. അച്ഛന്റെ കട്ടിൽ അവന്റെകൂടി കട്ടിലാണെന്ന് ഭാവത്തിലാണ് കട്ടിലിൽ അവകാശം സ്ഥാപിച്ചുകൊണ്ട് കയറിനിന്നത്. അതിൽ കയറി നിന്ന് ചാടിയാൽ അത് പെട്ടെന്ന് കേടാവുമെന്ന് അമ്മ കണ്ണനെ ആശ്വസിപ്പിച്ചെങ്കിലും അന്നവൻ തേങ്ങിക്കരഞ്ഞിരുന്നു. അച്ഛൻ വന്ന് ആശ്വസിപ്പിച്ചപ്പോഴാണ് അവൻ കരച്ചിൽ നിർത്തിയത്.

രണ്ടുമുറിയും അടുക്കളയും വലിയ ഒരു വരാന്തയും മാത്രമുള്ള വീടിന്റെ ഒരു മുറിയിൽ വലിയ പത്തായം സ്ഥാനം പിടിച്ചിരുന്നു. രണ്ടു തട്ടൂടി*യുടെ അത്രയും വിസ്താരമുള്ള പത്തായത്തിനു മുകളിൽ പായവിരിച്ച് കിടക്കാനുള്ള ഇടമുണ്ട്. അതിന്റെ മുകളിൽ കിടക്കാമെന്ന് കണ്ണൻ പറഞ്ഞെങ്കിലും അച്ഛൻ അനുവദിച്ചില്ല.

''കണ്ണൻ എട്ടാംക്ലാസ്സിലെത്തിയാൽ പത്തായപ്പുറത്ത് കിടക്കാം.'' പത്തായത്തിന്റെ പുറത്തു കിടക്കാൻ വാശിപിടിച്ചപ്പോൾ അമ്മ പറഞ്ഞു.

---

* പലക അടിച്ച കട്ടിൽ

പത്തായത്തിന് നാലടിയോളം ഉയരമുള്ളതുകൊണ്ട് ഉറക്കത്തിൽ നിലത്തു വീഴുമെന്ന് ഭയപ്പെടുത്തിയാണ് അമ്മ അവനെ അതിൽ നിന്ന് പിൻതിരിപ്പിച്ചത്.

കണ്ണൻ ഒന്നും വായിക്കാതെ ഓരോന്ന് ആലോചിച്ചിരുന്നു. ചേച്ചി ശ്രദ്ധയോടെ എന്തോ എഴുതുകയാണ്. ചേച്ചി വായിക്കുന്നതുകണ്ടാൽ അപ്പോൾ അമ്മ കണ്ണനോടും വായിക്കാൻ പറയും. അപ്പോൾ ചേച്ചി യോട് കണ്ണന് ദേഷ്യംതോന്നും.

പുസ്തകവുമായി ഉമ്മറത്തെ തിണ്ണയിൽ വന്നിരുന്നെങ്കിലും ഒന്നും വായിക്കാൻ കണ്ണനു തോന്നിയില്ല. തൊഴുത്തിലേക്കു നോക്കിയപ്പോൾ കറുമ്പി ആദ്യമായി വീട്ടിലേക്കുവന്ന രംഗമാണ് അവന്റെ മനസ്സിലേക്ക് വന്നത്.

* * * * * *

ഒരു ഞായറാഴ്ച വൈകുന്നേരം അച്ഛൻ വീട്ടിൽ വന്നത് എല്ലും തോലുമായ കറുത്ത നിറമുള്ള ഒരു പശുക്കുട്ടിയുമായാണ്. അച്ഛന്റെ ബന്ധുവായ ദാമോദരൻ മാമ കൊടുത്തതാണ് ആ പശുക്കുട്ടി എന്ന് അച്ഛൻ അമ്മയോട് പറയുന്നത് അവൻ കേട്ടു. കുറെ പാടവും പറമ്പും വല്യമ്മാമയ്ക്കുണ്ടെന്ന് കണ്ണനറിയാം. അവന്റെ വീടിന്റെ നാലിരട്ടി യെങ്കിലും വലിപ്പം വല്യമ്മായുടെ വീടിനുണ്ട്. വലിയ കളപ്പുരയും അതിനോട് ചേർന്ന് വലിയ തൊഴുത്തും ഉണ്ട്. രണ്ടുമൂന്നു പശുക്കളും കുട്ടികളും, നാലു കാളകളും തൊഴുത്തിൽ നിൽക്കുന്നത് കണ്ണൻ കണ്ടിട്ടുണ്ട്.

‘‘നിന്റെ അച്ഛന്റെ അമ്മാവൻ ഒരു ജന്മിയാ.’’ അമ്മ കണ്ണനോടു പറഞ്ഞു.

‘‘ജന്മി എന്നു പറഞ്ഞാൽ ആരാ...? ’’

‘‘കുറെ പശുക്കളും കൃഷിചെയ്യാൻ കുറെ പറമ്പുകളും പാടങ്ങളു മുള്ള ആളെ ആണ് ജന്മിയെന്ന് വിളിക്കുന്നത്.’’ അമ്മ കണ്ണന് പറഞ്ഞു കൊടുത്തു.

‘‘അച്ഛനും ജന്മിയല്ലേ, നമുക്കും കാളകളില്ലേ?’’ കണ്ണൻ ചോദിച്ചു.

‘‘കാളകളുണ്ടായാൽ ജന്മിയാവില്ല. നമുക്ക് കുറച്ച് പാടമല്ലേ ഉള്ളൂ. മറ്റുള്ളവരുടെ പാടത്താ അച്ഛൻ കൃഷി ചെയ്യുന്നത്. കൃഷി ചെയ്തു ണ്ടാക്കുന്ന നെല്ലിന്റെ നേർപകുതി ഉടമസ്ഥന് കൊടുക്കണം. ബാക്കി യുള്ള നെല്ലും വൈക്കോലും മാത്രമേ കൃഷിചെയ്യുന്ന ആൾക്കു കിട്ടൂ. പാട്ടത്തിനെടുത്ത് കൃഷിചെയ്യുന്നവര് ജന്മിയല്ല.’’ അമ്മ പറഞ്ഞു.

അച്ഛനും ജന്മിയായാൽ മതിയായിരുന്നു എന്നാണ് അപ്പോൾ കണ്ണൻ ആഗ്രഹിച്ചത്. അച്ഛൻ എന്തുകൊണ്ടാണ് ജന്മി ആകാഞ്ഞത് എന്ന് അമ്മയോട് ചോദിച്ചപ്പോൾ അതിന് മറുപടി പറഞ്ഞില്ല. അതു കൊണ്ട് അതൊരു സംശയമായി അവന്റെ മനസ്സിൽ കിടന്നു.

ആവശ്യത്തിന് ആഹാരം കിട്ടാത്തതുകൊണ്ടാവും കറുമ്പിക്കുട്ടി മെലിഞ്ഞതെന്ന് അവന് മനസ്സിലായി. മെലിഞ്ഞിട്ടാണെങ്കിലും അതിന്റെ കുറുമ്പിന് ഒരു കുറവും ഉണ്ടായിരുന്നില്ല. തൊഴുത്തിൽ കെട്ടിയ അവളുടെ അടുത്തേക്കു ചെന്നപ്പോൾ അവൾ തലയിളക്കി പ്രതിഷേധിച്ചു. വീടിന്റെ കിഴക്കുഭാഗത്തുള്ള കളപ്പുരയോടു ചേർന്നുള്ള തൊഴുത്തിൽ കാളകളെ കെട്ടിയിരുന്നതിന്റെ വടക്കേ അറ്റത്താണ് കറുമ്പിയെ അച്ഛൻ കെട്ടിയത്. കറുമ്പിയുടെ മിനുസമുള്ള ദേഹത്ത് തടവുന്നത് കണ്ണന് ഇഷ്ടമാണ്. പക്ഷേ അത് അവൾക്ക് ഇഷ്ടമല്ലെന്ന ഭാവത്തിൽ തലയിളക്കി കണ്ണനോട് പ്രതിഷേധിച്ചു.

കാളകൾക്ക് കൊടുക്കാത്ത പ്രത്യേക പരിഗണനയാണ് കറുമ്പിക്ക് അമ്മ കൊടുത്തത്. അമ്മയുടെ പരിചരണത്തിൽ ദിവസം കഴിയു ന്തോറും കറുമ്പി തടിച്ചുകൊഴുത്ത് സുന്ദരിയാവാൻ തുടങ്ങി.

കാളകളെക്കൊണ്ട് ജോലി എടുപ്പിക്കുന്നതിനാൽ അതിന്റെ കാര്യത്തിൽ അച്ഛൻ പ്രത്യേകം ശ്രദ്ധിച്ചിരുന്നു. എന്നാൽ കാളകളെ കുളിപ്പിക്കാൻ തോട്ടിലേക്കു കൊണ്ടുപോകുമ്പോൾ കറുമ്പിയേയും അച്ഛൻ കൊണ്ടുപോയി. സ്കൂളില്ലാത്ത ദിവസം അച്ഛനോടൊപ്പം കണ്ണനും തോട്ടിലേക്ക് പോകാറുണ്ട്.

ഒരു ദിവസം അച്ഛൻ കറുമ്പിയെ കുളിപ്പിച്ച് തെങ്ങിന്റെ തടത്തിൽ കെട്ടിയപ്പോഴാണ് കണ്ണൻ അതിന്റെ അടുത്തേക്ക് സ്നേഹം പ്രകടി പ്പിക്കാനായി ചെന്നത്. അച്ഛൻ അടുത്തുതന്നെ ഉണ്ടായിരുന്നു. കറു മ്പിക്ക് കൊമ്പ് മുളച്ചു വരുന്നത് അവൻ കണ്ടു. ആ കൊമ്പിൽ തൊടാനായി ശ്രമിച്ചപ്പോൾ അവൾ കണ്ണനെ ഇടിച്ച് നിലത്തിട്ടു. നിലത്തുവീണെങ്കിലും കാര്യമായി പരിക്കൊന്നും പറ്റിയില്ല. അപ്പോൾ അച്ഛൻ ദേഷ്യത്തോടെ കറുമ്പിയുടെ മുതുകത്ത് കൈകൊണ്ട് രണ്ടു മൂന്ന് അടികൊടുത്ത് കണ്ണനെ തള്ളിയിട്ടതിനുള്ള ശിക്ഷ അവൾക്കു കൊടുത്തു. അതിനുശേഷം കറുമ്പിയുടെ അടുത്തു പോകാൻ കണ്ണന് പേടിയായി.

തൊഴുത്തിൽ നിൽക്കുമ്പോൾ അതിന്റെ അടുത്തേക്കു ചെന്നാൽ അത് തലയിളക്കി കുറുമ്പു കാട്ടുമ്പോൾ കാളകളെ നിയന്ത്രിക്കാൻ അച്ഛൻ കൊണ്ടുവച്ച പൂട്ടുകമ്പ് എടുത്ത് കണ്ണൻ കറുമ്പിയെ അടിച്ചി ട്ടുണ്ട്. അച്ഛൻ പൂട്ടുമ്പോൾ കാളയുടെ ദേഹത്ത് കമ്പുകൊണ്ട്

അടിക്കാതെ പതുക്കെ തട്ടിയാണ് അതിനെ നിയന്ത്രിക്കുന്നത്. വല്ലാതെ വികൃതി കാട്ടുമ്പോൾ മാത്രമേ അച്ഛൻ കാളകളെ അടിക്കാറുള്ളൂ.

കറുമ്പിയുടെ അടുത്തു പോകരുതെന്ന് അച്ഛൻ പറഞ്ഞെങ്കിലും തൊഴുത്തിൽ നിൽക്കുമ്പോൾ പഴത്തൊലിയും മറ്റും തന്റെ കൈവെള്ള യിൽ വച്ചുതന്നെ അവൾക്കു കൊടുത്തു. ഒരു ദിവസം പഴത്തൊലി കൊടുത്തപ്പോൾ അവന്റെ കയ്യും അവൾ നക്കി. പൂച്ചയുടെയും നായുടെയും മനുഷ്യന്റെയും നാവുപോലെ മിനുസമുള്ളതാണ് പശുവിന്റെയും കാളയുടെയും നാവ് എന്നാണ് അവൻ കരുതിയത്. കാണുന്നതുപോലെ അത്ര മിനുസമുള്ളതല്ലെന്നും പരുപരുത്ത നാക്കാണെന്നും കണ്ണന് അന്ന് മനസ്സിലായി.

കറുമ്പി നക്കിയപ്പോൾ കൈയിന്റെ കുഴയിലും അവളുടെ നാവ് തൊട്ടിരുന്നു. കുറച്ചു കഴിഞ്ഞപ്പോൾ ആ ഭാഗം ചുവന്നു. മുറിവു പറ്റിയില്ലെങ്കിലും ചെറിയ നീറ്റൽ അനുഭവപ്പെട്ടു. അക്കാര്യം കണ്ണൻ അച്ഛനോട് പറഞ്ഞില്ല. പുല്ലു തിന്നുന്ന എല്ലാ മൃഗങ്ങൾക്കും പരു പരുത്ത നാക്കാണുള്ളതെന്ന് അച്ഛൻ മുമ്പ് പറഞ്ഞിരുന്നെങ്കിലും അന്നാണ് അത് ബോധ്യപ്പെട്ടത്.

നാലഞ്ചുമാസംകൊണ്ട് കറുമ്പി തടിച്ചു കൊഴുത്തു. ഒരു ദിവസം രാവിലെ കറുമ്പി പുല്ലൊന്നും തിന്നാതെ അലറി വിളിച്ചു. രാവിലെ കാടിവെള്ളം കൊടുത്തശേഷം അച്ഛൻ കറുമ്പിയെ തൊഴുത്തിൽ നിന്നും അഴിച്ച് പുറത്തെ തെങ്ങിൽ കെട്ടി പരിശോധിക്കുന്നത് കണ്ണൻ ശ്രദ്ധിച്ചു. പുറത്തെ വരാന്തയിൽ പുസ്തകം തുറന്നുവച്ച് പഠിക്കാൻ ഇരുന്നാലും കണ്ണന്റെ കണ്ണും ചെവിയും എപ്പോഴും പുറത്തായിരിക്കും.

''കറുമ്പിയെ ചവിട്ടിക്കാറായെന്നാ തോന്നുന്നത്. പൊട്ടന്റെ അവിടെ കൊണ്ടുപൊകാം.'' അച്ഛൻ അമ്മയോടു പറഞ്ഞത് കണ്ണൻ കേട്ടു.

അവർ പറഞ്ഞതെന്തെന്ന് കണ്ണന് മനസ്സിലായില്ല. പശുക്കളെ ചവിട്ടിക്കുന്ന കാള രാമട്ടനുണ്ടെന്നും അയാളുടെ കാള നാടൻ പശുവിൽ കുത്തിവച്ചുണ്ടായ ഇനത്തിൽപ്പെട്ട കാളയാണെന്നും അച്ഛൻ അമ്മയോട് പറഞ്ഞപ്പോൾ അതൊന്നും കണ്ണന് മനസ്സിലായില്ല. അമ്മയും വളരെ പ്രതീക്ഷയോടാണ് കറുമ്പിയെ നോക്കിയത്.

''രാമട്ടന്റെ കാള ചവുട്ടി, പശുക്കുട്ടിയെ കിട്ടുകയാണെങ്കിൽ ഇന ത്തിലെ പശുവിനെ കിട്ടും.'' അച്ഛൻ പറഞ്ഞു.

രാമൻ പൊട്ടനെ, രാമട്ടൻ എന്നാണ് നാട്ടിലുള്ള മുതിർന്നവരും ചെറിയ കുട്ടികളും വിളിക്കുന്നത്. അച്ഛനോട് സ്നേഹവും ബഹുമാന വുമുള്ള ആളാണ് രാമട്ടൻ. പൊട്ടനും ഏട്ടനും ഒരുവാക്കിൽ ചേർത്തതാണ് രാമട്ടനെന്ന് അച്ഛൻ ഒരിക്കൽ പറഞ്ഞത് ചിരിച്ചു

കൊണ്ടായിരുന്നു. ചിരിച്ചുകൊണ്ട് പറയുന്ന കാര്യങ്ങൾ ശരിയായിരിക്കില്ലെന്ന് കണ്ണനു തോന്നിയിട്ടുണ്ട്. അച്ഛന്റെ തറവാട്ടിലെ ഒരു സ്ത്രീയെ ആണ് അയാൾ കല്യാണം കഴിച്ചതെന്ന് അച്ഛൻ പറഞ്ഞ് കണ്ണൻ കേട്ടിട്ടുണ്ട്.

പൊട്ടനാണെങ്കിലും ആംഗ്യഭാഷയിലൂടെ എല്ലാ കാര്യങ്ങളും നന്നായി മനസ്സിലാക്കാൻ രാമട്ടന് ഒരു പ്രയാസവുമില്ല. നാരായണൻ ചേട്ടന്റെ ചായപ്പീടികയിൽ വച്ച് ഒരിക്കൽ രാമട്ടൻ കണ്ണനെ കണ്ടപ്പോൾ തനിക്ക് പഴം വാങ്ങിത്തന്നത് കണ്ണൻ അപ്പോൾ ഓർത്തു.

പരിചയമില്ലാത്ത ആളുകൾ തിന്നാൻ തരുന്നതൊന്നും വാങ്ങരുതെന്ന് അമ്മ പറഞ്ഞിട്ടുള്ളതുകൊണ്ട് അത് വാങ്ങണമെന്ന് ആഗ്രഹിച്ചെങ്കിലും മടിച്ചു നിന്നു. അച്ഛൻ തലയാട്ടി വാങ്ങാൻ അനുവാദം തന്നപ്പോഴാണ് കണ്ണൻ പഴം വാങ്ങിയത്. അന്നു മുതൽ രാമട്ടനെ കണ്ണന് ഇഷ്ടമായി. കണ്ണനെ എപ്പോൾ കണ്ടാലും രാമട്ടൻ അടുത്തേക്കു വന്ന് സ്നേഹം പ്രകടിപ്പിക്കും. മധു, രാമട്ടനെ പൊട്ടൻ എന്നാണ് വിളിക്കുന്നത്. ചുണ്ടിന്റെ ചലനം മനസ്സിലാക്കി പറയുന്നത് മനസ്സിലാക്കിയിരുന്നതിനാൽ മധുവിനോട് രാമട്ടൻ അപ്പോൾ ദേഷ്യപ്പെടാറുണ്ട്. സ്കൂളിൽ പോകുമ്പോൾ വഴിയിൽവച്ച് കണ്ണനെ കണ്ടാൽ ചിരിച്ച് വികൃതമായ ചില ശബ്ദം രാമട്ടൻ ഉണ്ടാക്കും. ആ ശബ്ദത്തിൽ കുറെ ചോദ്യങ്ങൾ ഉണ്ടെന്ന് കണ്ണനറിയാം. എങ്കിലും കണ്ണൻ ഒന്നും പറയാതെ ചിരിക്കും.

ചുനപ്പാൽ

ഒരു ദിവസം അച്ഛൻ കറുമ്പിയുടെ ചെറിയ മുലകൾ ഞെക്കിപ്പിഴിഞ്ഞു നോക്കുന്നത് കണ്ണൻ കണ്ടു. കാളയെക്കൊണ്ട് ചവിട്ടിച്ച്, രണ്ടുമൂന്നു മാസം കഴിഞ്ഞിരുന്നു. അപ്പോൾ അത് കാലിളക്കി അച്ഛനെ തൊഴിക്കാൻ നോക്കി. പ്രസവിക്കാതെ പശുക്കുട്ടിയെ കറക്കുന്നതെന്തിനാണെന്ന് അവന് മനസ്സിലായില്ല.

''കുട്ടി ഉണ്ടാവാതെ പശുവിനെ കറക്കാൻ പറ്റ്വോ അച്ഛാ...?'' കണ്ണൻ ചോദിച്ചു.

''കറുമ്പി ഗർഭിണിയാണോ എന്ന് അച്ഛൻ പരിശോധിച്ചതാ.'' അമ്മയാണ് പറഞ്ഞത്. ''കറുമ്പി ഗർഭിണിയാണെന്നാ തോന്നുന്നു.'' തേൻപോലുള്ള ചുനപ്പാൽ കൈവെള്ളയിൽ ഇറ്റിച്ച് അമ്മയെ കാണിച്ചുകൊണ്ട് അച്ഛൻ പറഞ്ഞു. കറുമ്പിയുടെ പാല് അച്ഛൻ അവനെ കാണിച്ചു. വെളുപ്പു നിറമില്ലാത്ത തേൻ പോലെയുള്ള പാല് കണ്ണൻ തൊട്ടുനോക്കി. അപ്പോൾ അത് പശപോലെ ഒട്ടുന്നുണ്ടായിരുന്നു. അത് പാലാണെന്ന് അച്ഛൻ പറഞ്ഞെങ്കിലും കണ്ണന് വിശ്വാസം വന്നില്ല.

''ഇത് പാലല്ലല്ലോ?'' കണ്ണൻ പറഞ്ഞു.

''ഇതാ, ചൊനപ്പാല്...'' അമ്മ ചിരിച്ചുകൊണ്ട് പറഞ്ഞു.

''ചൊനപ്പാലോ...?'' ആശ്ചര്യത്തോടെ അതെന്തെന്ന മട്ടിൽ അവൻ ചോദിച്ചു. അങ്ങനെ ഒരു പാലിനെക്കുറിച്ച് കണ്ണൻ ആദ്യമായാണ് കേൾക്കുന്നത്.

''കറുമ്പിയുടെ വയറ്റിൽ ഒരു കുട്ടി വളരുന്നുണ്ടെന്നുള്ളതിന് തെളിവാണ് ഈ പാല്. കുട്ടിക്ക് ഇപ്പോ മൂന്നു മാസമേ പ്രായമായിട്ടുള്ളൂ. ഇനി ആറുമാസം കൂടി കഴിഞ്ഞാൽ കറുമ്പി ഒരു കുട്ടിയെ പ്രസവിക്കും. അതിനു ശേഷമാണ് നല്ല വെളുത്ത പാല് കിട്ടുന്നത്.'' കണ്ണനെ ചേർത്തുനിർത്തി അമ്മ സന്തോഷത്തോടെ പറഞ്ഞു. കറുമ്പി

ഗർഭിണി ആയതിലുള്ള സന്തോഷം അച്ഛന്റെയും അമ്മയുടെയും മുഖത്ത് കണ്ണൻ കണ്ടു.

"എന്തായാലും ആദ്യത്തെ ചവിട്ടിൽത്തന്നെ ഗർഭിണിയായല്ലോ ഭാഗ്യം." അച്ഛൻ പറഞ്ഞു.

ഗർഭിണിയാണെന്ന് അറിഞ്ഞതിനുശേഷം കറുമ്പിക്ക് തീറ്റ കൊടുക്കുന്ന കാര്യത്തിൽ അച്ഛനും അമ്മയും പ്രത്യേകം ശ്രദ്ധിക്കുന്നുണ്ടെന്ന് കണ്ണന് മനസ്സിലായി. വീട്ടിലുണ്ടാക്കുന്ന പലഹാരത്തിന്റെ പങ്കുപോലും കൊടുത്തു. എന്നാൽ അവളുടെ കുറുമ്പിന് കുറവുണ്ടായില്ല.

തൊഴുത്തിൽനിന്ന് അഴിച്ചാൽ തിടുക്കത്തിൽ മുറ്റത്തേക്കിറങ്ങി കാലുകൾ പിന്നിലേക്കിളക്കി അവൾക്ക് ഒരോട്ടം പതിവുണ്ട്. കയറിൽ പിടിച്ചാലും അവൾ നിൽക്കില്ല. ഓടുന്നത് അവളുടെ എക്സർസൈസാണെന്ന് അച്ഛൻ പറഞ്ഞു.

കഴുത്തിലെ കയറിൽ അവളെ പിടിച്ചു നിർത്താൻ പ്രയാസമായപ്പോൾ കുതിരയെ നിയന്ത്രിക്കുന്നതുപോലെ ഒരു 'മോറക്കയർ' അച്ഛൻ അവൾക്കായി ഉണ്ടാക്കി. കീഴ്ത്താടിയേയും മേൽത്താടിയെയും ബന്ധിപ്പിച്ചുകൊണ്ട് കൊമ്പിനും ചെവിക്കും ഇടയിലൂടെ കട്ടി കുറഞ്ഞ കയറുകൊണ്ട് ഉണ്ടാക്കുന്ന ആ കുരിക്കിൽ കഴുത്തിലെ കയറ് കൊരുത്തെടുത്ത് വലിച്ചാൽ വേഗത്തിൽ അവൾക്ക് കുതറി ഓടാൻ കഴിയില്ല.

കാളകളെ നിയന്ത്രിക്കാൻ മൂക്കു കുത്തുമെങ്കിലും പശുക്കളെ സാധാരണ മോറക്കയറിലാണ് നിയന്ത്രിക്കുന്നത്. മോറക്കയറിലും നിയന്ത്രിക്കാൻ കഴിയാതെവന്നപ്പോൾ അച്ഛൻ അവളുടെ മൂക്കും കുത്തി. അടുത്ത വീട്ടിലെ കൃഷ്ണേട്ടനും അച്ഛനുംകൂടി വളരെ പണിപ്പെട്ടാണ് മൂക്കു കുത്തിയത്. കൃഷ്ണേട്ടൻ കറുമ്പിയുടെ തല താങ്ങിപ്പിടിച്ചു. കനം കുറഞ്ഞ മുർച്ചയുള്ള ഇരുമ്പു കമ്പി പച്ച ഓലയുടെ ഉള്ളിൽ തിരുകി മൂക്കുകയറിനോട് ഒപ്പംവച്ച് മൂക്കിന്റെ രണ്ട് ഓട്ടകൾക്കും ഇടയിൽ മറ്റൊരു ഓട്ടകൂടി ഉണ്ടാക്കി. ബലമുള്ള നൂലുകൊണ്ടുള്ള മൂക്കുകയർ ആ ഓട്ടയിലൂടെ തിരുകി കയറ്റി. മൂക്കുകുത്തിയപ്പോൾ കറുമ്പിയുടെ മൂക്കിലൂടെ ചോര വരുന്നത് കണ്ണൻ കണ്ടു. കറുമ്പിക്ക് നന്നായി വേദനിച്ചിട്ടുണ്ടാവും എന്നാലോചിച്ചപ്പോൾ കണ്ണന് സങ്കടം വന്നു.

ഒരു മീറ്ററോളം നീളമുള്ള ചുവപ്പു നിറമുള്ള നൂലുകൊണ്ടുണ്ടാക്കിയ ചെറിയ കയറിന്റെ ഇരു വശവും കറുമ്പിയുടെ ചെറിയ കൊമ്പിനും ചെവിക്കും ഇടയിലൂടെ അല്പം അയച്ചാണ് അച്ഛൻ കെട്ടിയത്. കഴുത്തിലെ കയർ മൂക്കിലെ കയറുമായി ബന്ധിപ്പിച്ചതുകൊണ്ട് അവൾക്ക്

കുതറി ഓടാനെന്നല്ല അനങ്ങാൻപോലും കഴിയില്ലെന്ന് അവന് മനസ്സിലായി. ചോര വന്നഭാഗത്ത് അരച്ചുവച്ച ഏതോ പച്ചമരുന്ന് അപ്പോൾ അച്ഛൻ പുരട്ടി.

''ഇനി മൂക്ക് പഴുക്കില്ല. നീ കുറുമ്പു കാണിച്ചിട്ടല്ലേ മൂക്കു കുത്തിയത്.'' മരുന്ന് മൂക്കിൽ തേച്ചിട്ട് സ്നേഹത്തോടെ കറുമ്പിയുടെ ദേഹത്ത് തടവിക്കൊണ്ട് അച്ഛൻ പറഞ്ഞു.

''മൂക്കു കുത്തിയാൽ അതിന് വേദനിക്കില്ലേ അച്ഛാ. കഷ്ടമല്ലേ...'' കണ്ണൻ സങ്കടത്തോട് പറഞ്ഞു.

''മൂക്കുകയർ നൂലുകൊണ്ടുള്ളതാ. അതുകൊണ്ട് അത്ര പരുക്കനല്ല. ഒരാഴ്ചകൊണ്ട് ശരിയായിക്കോളും'' അച്ഛൻ കണ്ണനെ ആശ്വസിപ്പിച്ചു.

കണ്ണന് ജലദോഷം വരുമ്പോൾ മൂക്കിലൂടെ വരുന്ന മൂക്കളപോലുള്ള ദ്രാവകം കുറെ ദിവസം കറുമ്പിയുടെ മൂക്കിലൂടെ ഒലിച്ചുവന്നു. കറുമ്പി ഉള്ളിലേക്ക് ശ്വാസം വലിക്കുമ്പോൾ ഒരു കുറുകൽ ശബ്ദം ഉണ്ടാകുന്നതും കണ്ണൻ ശ്രദ്ധിച്ചു. തൊഴുത്തിൽ കെട്ടുമ്പോൾ മൂക്കുകയറിൽ കെട്ടാതെ സ്വതന്ത്രമാക്കിയതുകൊണ്ട് അവൾക്ക് സ്വാതന്ത്ര്യം ലഭിച്ചിരുന്നു. പറമ്പിലേക്ക് അഴിച്ചുകൊണ്ടുപോകുമ്പോൾ മാത്രമേ മുക്കുകയറിൽ കുരുക്കാറുള്ളൂ.

അവളുടെ വയറ്റിൽ കുട്ടിയുള്ളതിനാൽ കണ്ണനും കറുമ്പിയോട് സ്നേഹം കൂടി. കാളകൾക്കു കൊടുക്കാൻ കൊണ്ടുവച്ച പുല്ല് അച്ഛൻ കാണാതെ അവൾക്കു കൊടുത്തു. പഴത്തൊലിയും കാളകൾക്ക് കൊടുക്കാതെ കറുമ്പിക്കാണ് കൊടുത്തത്. കറുമ്പിയുടെ അകിടിനും മുലകൾക്കും വലിപ്പം വച്ചത് കണ്ണൻ ശ്രദ്ധിച്ചു.

* * * * * *

ഒരു ദിവസം സന്ധ്യയ്ക്കാണ് അച്ഛൻ കറുമ്പിയെ ഇടുങ്ങിയ തൊഴുത്തിൽനിന്നും മുറ്റത്തിനോട് ചേർന്നുനിൽക്കുന്ന തെങ്ങിലേക്ക് അഴിച്ചു കെട്ടിയത്. മൂക്കുകയറിൽ കുരുക്കാതെ, കയറ് അവളുടെ സ്വാതന്ത്ര്യത്തിന് തടസ്സമാകാത്ത വിധം നീട്ടിക്കെട്ടിയത് എന്തിനാണെന്ന് കണ്ണന് മനസ്സിലായില്ല. കറുമ്പി അതുവരെ ഉണ്ടാക്കാത്ത ചില ശബ്ദങ്ങളും ഉണ്ടാക്കി.

''കറുമ്പി ഇന്ന് പെറുമോ അച്ഛാ.?'' കണ്ണൻ ചോദിച്ചു.

''ചെലപ്പോ ഇന്ന്, അല്ലെങ്കി നാളെ.'' അച്ഛൻ പറഞ്ഞു.

സന്ധ്യയ്ക്ക് ഭാഗവതപാരായണം കഴിഞ്ഞ് അച്ഛൻ മുറ്റത്തേക്കിറങ്ങിയപ്പോൾ കണ്ണനും അച്ഛന്റെ പിന്നാലെ ചെന്നു. കറുമ്പിക്കു തിന്നാനുള്ള

പുല്ല്, തെങ്ങിൻ തടത്തിൽ ഇട്ടുകൊടുത്തശേഷം കളപ്പുരയിലിൽ കെട്ടിത്തൂക്കിയിട്ട റാന്തൽവിളക്ക് കത്തിച്ച് അച്ഛൻ പുറത്തെ തിണ്ണയിൽ കൊണ്ടുവച്ചു. കറുമ്പി പ്രസവിക്കുന്നതു കാണാനായി കണ്ണൻ കറുമ്പിയുടെ അടുത്ത് കുറച്ചുനേരം നിന്നു. അത്താഴമുണ്ണണ്ട നേരമായിട്ടും കറുമ്പി പ്രസവിച്ചില്ല.

പ്രസവിക്കുമ്പോൾ പശു കരയുമെന്ന് അച്ഛൻ പറഞ്ഞതുകൊണ്ട് അത്താഴം കഴിക്കുമ്പോൾ കറുമ്പിയുടെ കരച്ചിൽ കേൾക്കുന്നുണ്ടോയെന്ന് കണ്ണൻ ശ്രദ്ധിച്ചു. അത്താഴം കഴഞ്ഞതും അച്ഛൻ കൈകഴുകി വേഗം കറുമ്പിയുടെ അടുത്തേക്കാണ് പോയത്. കണ്ണനും പെട്ടെന്ന് ചോറുണ്ട് അച്ഛന്റെ അടുത്തേക്കു പോയി.

ഉറങ്ങാൻ കിടക്കണ്ട സമയം കഴിഞ്ഞിട്ടും കുറേസമയം കണ്ണൻ അച്ഛനോടൊപ്പം പുറത്തെ തിണ്ണയിലിരുന്നു. രാത്രിയിൽ പ്രസവിച്ചാൽ കുട്ടിയെ നായ്ക്കളോ കുറുക്കനോ കടിക്കുമെന്ന് ഭയന്നിട്ടാകും അച്ഛൻ ഉറങ്ങാതിരിക്കുന്നതെന്ന് അവന് മനസ്സിലായി.

അവൻ ഉറക്കം തൂങ്ങുന്നത് കണ്ടപ്പോൾ അച്ഛൻ നിർബ്ബന്ധിച്ച് കണ്ണനെ ഉറങ്ങാൻ പറഞ്ഞുവിട്ടു. കറുമ്പി പ്രസവിക്കുന്നതു കാണാൻ കഴിയില്ലല്ലോ എന്ന് സങ്കടപ്പെട്ടുകൊണ്ട് മനസ്സില്ലാമനസ്സോടാണ് കണ്ണൻ കിടക്കാൻ പോയത്.

മറുപിള്ള

രാവിലെ എഴുന്നേറ്റ ഉടൻ കറുമ്പിയുടെ അടുത്തേക്കാണ് കണ്ണും തിരുമ്മി കണ്ണൻ പോയത്. കറുമ്പി പ്രസവിച്ചില്ലെന്ന് മനസ്സിലായി. കറുമ്പി തെങ്ങിനു ചുറ്റും കറങ്ങി നടക്കുന്നുണ്ടായിരുന്നു. തൊഴുത്തിനു പുറത്ത് തെങ്ങിൽ കെട്ടിയതുകൊണ്ട് കൂടുതൽ സ്വാതന്ത്ര്യം കിട്ടി. അവൾ ഇടയ്ക്കിടെ ശബ്ദംതാഴ്ത്തി കരയുന്നുണ്ടായിരുന്നു. സ്കൂളിൽ പോകുന്നതിന് മുമ്പ് അവൾ പ്രസവിച്ചെങ്കിൽ എന്ന് അവൻ ആഗ്രഹിച്ചു.

ഇഞ്ചിക്ക് ചാണകം കലക്കി ഒഴിച്ചുകൊണ്ട് അച്ഛൻ പറമ്പിൽ നിൽക്കുന്നതു കണ്ടപ്പോൾ കണ്ണൻ അച്ഛന്റെ അടുത്തേക്ക് ചെന്നു.

‘‘അച്ഛാ, കറുമ്പി പുല്ലൊന്നും തിന്നാതെ കരയുന്നു.’’ കണ്ണൻ പറഞ്ഞു.

‘‘രാവിലെതന്നെ പ്രസവിക്കാനുള്ള സാധ്യതയുണ്ട്.’’ അച്ഛൻ പറഞ്ഞു.

ഉമിക്കരിയും എടുത്ത് പല്ലുതേയ്ക്കാൻ കിണറ്റിനടുത്തേക്കു പോയപ്പോൾ കറുമ്പി ഉച്ചത്തിൽ കരയുന്നതുകേട്ട് വീണ്ടും കണ്ണൻ അതിന്റെ അടുത്തേക്കു ചെന്നു. അപ്പോൾ കറുമ്പി നിലത്തു കിടക്കുന്നതാണ് അവൻ കണ്ടത്. ചുവപ്പു നിറമുള്ള ബലൂൺ ഊതി വീർപ്പിച്ചതുപോലെ ഒരു കുടത്തിന്റെ വലിപ്പത്തിൽ എന്തോ കറുമ്പിയുടെ പിൻഭാഗത്തുനിന്ന്, പുറത്തേക്ക് തള്ളിവന്നത് അവൻ കണ്ടു. അച്ഛനും കൈയും കാലും കഴുകി അപ്പോഴേക്കും അവിടെ എത്തി.

ബലൂൺപോലെ വീർത്തുവന്ന സഞ്ചിക്കുള്ളിലെ കൊഴുത്ത ദ്രാവകത്തിനകത്ത് തൊഴുതുപിടിച്ചതുപോലെ കുട്ടിയുടെ രണ്ടു കൈകളും തലയും പുറത്തേക്കുവരുന്നത് അവ്യക്തമായി കണ്ണൻ കണ്ടു. കറുമ്പി എഴുന്നേറ്റ് തെങ്ങിനു ചുറ്റും കരഞ്ഞുകൊണ്ട് നടക്കുകയും വീണ്ടും കിടക്കുകയും ചെയ്യുന്നത് അവൻ നോക്കി നിന്നു.

''ചേച്ചി, കറുമ്പി പ്രസവിക്കുന്നത് കാണണമെങ്കില് വാ...'' വരാന്തയിലിരുന്ന് പഠിക്കുന്ന ചേച്ചിയെ കണ്ണൻ വിളിച്ചു.

കണ്ണൻ വിളിച്ചു പറഞ്ഞതുകേട്ട് അടുക്കളയിൽനിന്ന അമ്മയും ചേച്ചിയും കറുമ്പിയുടെ അടുത്തേക്കു വന്നു. അല്പസമയം നോക്കി നിന്നിട്ട് ഒന്നും പറയാതെ അവർ അവിടെനിന്നും പോയി. കണ്ണൻ കറുമ്പി പ്രസവിക്കുന്നതു കാണാൻ അതിന്റെ അടുത്തുതന്നെ നിന്നു.

''പ്രസവിക്കുമ്പോൾ രണ്ടു കൈകളും തലയും വരുന്നതാണ് ശരിയായ പ്രസവത്തിന്റെ ലക്ഷണം.'' അച്ഛൻ ആരോടെന്നില്ലാതെ പറഞ്ഞു.

നിലത്തുകിടന്ന കറുമ്പി ഒന്ന് അമറി കരഞ്ഞതും കുട്ടിയെ പൊതിഞ്ഞ ദ്രാവകവും കുട്ടിയും നിലത്തുവീണു. വെളുത്തു കൊഴുത്ത ദ്രാവകത്തിൽ മുങ്ങിക്കുളിച്ചിരിക്കുന്ന കുട്ടിയുടെ തല കണ്ണന് കാണാമായിരുന്നു. നിലത്തുവീണതും കുട്ടി തല ഉയർത്താൻ ശ്രമിക്കുന്നത് അവൻ കണ്ടു. ഫുട്ബോൾ ഗ്രൗണ്ടിലെ റെഫറിയെപ്പോലെ കുട്ടിയെ നന്നായി കാണാൻ അപ്പുറവും ഇപ്പുറവും തിടുക്കത്തിൽ മാറിക്കൊണ്ട് കണ്ണൻ അടുത്തുതന്നെ നിന്നു.

ഉണങ്ങിയ വൈക്കോൽ കൊണ്ടുവന്ന് നിലത്ത് വിരിച്ച്, അച്ഛൻ കുട്ടിയെ അതിലേക്ക് എടുത്തു കിടത്തി, കുട്ടിയുടെ ദേഹത്തുനിന്ന് കൊഴുത്ത ദ്രാവകം വൈക്കോൽകൊണ്ട് തുടച്ചു മാറ്റി.

''പശുക്കുട്ടിയാ..'' തുടച്ചുകൊണ്ട് അച്ഛൻ പറഞ്ഞു. കറുമ്പിയുടെ കുട്ടി പശുക്കുട്ടി ആവണമെന്നാണ് അച്ഛനും അമ്മയും ആഗ്രഹിച്ചതെന്ന് അച്ഛൻ സന്തോഷത്തോടെ പറഞ്ഞപ്പോൾ കണ്ണന് മനസ്സിലായി.

കറുമ്പിയുടെ കുട്ടിയെ അവൻ സൂക്ഷിച്ചുനോക്കി. രാമട്ടന്റെ വീട്ടിലെ കാളയുടെ അതേ നിറത്തിലുള്ള ചുവപ്പും വെളുപ്പും ചേർന്ന ചുമന്ന നിറമുള്ള തടിച്ചുകൊഴുത്ത കുട്ടിയെ അവൻ നോക്കിനിന്നു. കറുമ്പിയെ ചവിട്ടിക്കാൻ രാമട്ടന്റെ വീട്ടിൽ കൊണ്ടുപോയതിനു ശേഷം പാടത്തുപൂട്ടുന്ന രാമട്ടന്റെ കാളയെ കണ്ണൻ ശ്രദ്ധിച്ചിരുന്നു.

കുട്ടിയെ അച്ഛൻ തൊട്ടപ്പോൾ കറുമ്പി അത് ഇഷ്ടപ്പെടാത്ത ഭാവത്തിൽ പ്രതിഷേധം അറിയിച്ചുകൊണ്ടിരുന്നു. പശുക്കുട്ടിയുടെ കൈയിലേയും കാലിലേയും കൊഴുത്ത ദ്രാവകം തുണികൊണ്ട് തുടച്ചുമാറ്റിയശേഷം കുട്ടിയെ കറുമ്പിയുടെ അടുത്തേക്ക് നീക്കി കിടത്താൻ താങ്ങിയെടുത്തപ്പോൾ കറുമ്പി അച്ഛനെ കുത്തുമോ എന്നു കണ്ണൻ ഭയന്നു. പശുക്കുട്ടിയുടെ ദേഹമാസകലം കറുമ്പി നക്കാൻ തുടങ്ങിയപ്പോൾ പശുക്കുട്ടിക്ക് വേദനിക്കില്ലേ എന്നാണ്

കണ്ണൻ ഭയന്നത്. അല്പസമയം കറുമ്പി നക്കിയപ്പോഴേക്കും പശു ക്കുട്ടി വിറച്ചുകൊണ്ട് തല ഉയർത്തി എഴുന്നേൽക്കാൻ ശ്രമിക്കുന്നത് കണ്ണൻ കൗതുകത്തോടെ നോക്കിനിന്നു.

‘‘തള്ളപ്പശു, കുട്ടിയെ നന്നായി നക്കണം. നക്കുമ്പോൾ കിട്ടുന്ന ചൂടുകൊണ്ടാ പശുക്കുട്ടിയുടെ ശരീരത്ത് നന്നായി രക്തോട്ടം ഉണ്ടാകുന്നത്.’’ അച്ഛൻ പറഞ്ഞു.

‘‘കണ്ണാ, നീ പോയി കുളിക്കാൻ നോക്ക്. ഞാൻ വെള്ളം കോരി വച്ചിട്ടുണ്ട്.’’ അമ്മ അടുക്കളയിൽനിന്ന് വിളിച്ചു പറഞ്ഞു.

അമ്മ പറഞ്ഞത് ശ്രദ്ധിക്കാതെ കണ്ണൻ അവിടെത്തന്നെ നിന്നു. അരമണിക്കൂറോളം കറുമ്പി കുട്ടിയെ നക്കിക്കൊണ്ടിരുന്നു. പശുക്കുട്ടി തല ഉയർത്തി എഴുന്നേൽക്കാൻ ശ്രമിക്കുന്നുണ്ടായിരുന്നു. ഓരോ തവണ എഴുന്നേൽക്കാൻ ശ്രമിക്കുമ്പോഴും അത് നിലത്തുവീണു. പശുക്കുട്ടി എപ്പോഴാണ് എഴുന്നേൽക്കുന്നത് എന്നറിയാൻ അമ്മയും ചേച്ചിയും വിളിച്ചത് ശ്രദ്ധിക്കാതെ കണ്ണൻ അവിടെത്തന്നെ നിന്നു.

എഴുന്നേൽക്കാൻ പലവട്ടം ശ്രമിച്ച് പരാജയപ്പെട്ടപ്പോൾ പശു ക്കുട്ടിയെ അച്ഛൻ കൈകൊണ്ട് താങ്ങി എഴുന്നേൽക്കാൻ സഹായിച്ചു. അച്ഛൻ പിടിവിട്ടപ്പോൾ അത് വീണ്ടും നിലത്തുവീണു. എന്നാൽ വീണ്ടും അത് എഴുന്നേൽക്കാൻ ശ്രമിച്ചു. അപ്പോൾ അച്ഛൻ ഒരു കൈകൊണ്ട് താങ്ങി വീഴാതെ നോക്കി. കാല് അകലത്തിൽവച്ച് കുട്ടി പശുവിന്റെ അകിടിനടുത്തേക്കു പോകാൻ കാലെടുത്തുവച്ചപ്പോൾ വീണ്ടും നിലത്തുവീണു. നിലത്തു വീണെങ്കിലും അച്ഛന്റെ സഹായമില്ലാതെ അത് എഴുന്നേറ്റപ്പോൾ പശുക്കുട്ടിയേക്കാൾ സന്തോഷിച്ചത് കണ്ണനായിരുന്നു. എഴുന്നേറ്റ ഉടൻ, പാലു കുടിക്കാൻ അമ്മയുടെ മുലയാണ് അവൾ അന്വേഷിച്ചത്.

പാലു കുടിക്കാൻ കുട്ടിയെ അച്ഛൻ സഹായിച്ചു. കുട്ടിയുടെ വായിൽനിന്നും മുല പുറത്തേക്ക് ചാടിയപ്പോൾ വായിലേക്ക് മുല വച്ചുകൊടുക്കാൻ അച്ഛൻ വല്ലാതെ പണിപ്പെടുന്നത് കണ്ണൻ കണ്ടു. അച്ഛന്റെ സഹായമില്ലാതെ പശുക്കുട്ടി എഴുന്നേറ്റ് നിന്ന് പാലു കുടിക്കുന്നതു കണ്ടപ്പോൾ കണ്ണൻ നിലത്തിരുന്ന് അതു സൂക്ഷിച്ചു നോക്കി. കറുമ്പി അപ്പോഴും അതിനെ നക്കുന്നുണ്ടായിരുന്നു.

‘‘മനുഷ്യക്കുട്ടിക്ക് എഴുന്നേറ്റു നിൽക്കാൻ ഒരു വർഷം വേണം. എന്നാൽ പ്രസവിച്ച് ഒരു മണിക്കൂറിനുള്ളിൽ പശുക്കുട്ടി എഴുന്നേറ്റു നിൽക്കുന്നത് കണ്ടില്ലേ?’’ അച്ഛൻ കണ്ണനെ നോക്കിപ്പറഞ്ഞു.

‘‘അച്ഛാ, പശുക്കുട്ടി അതാ വീണ്ടും നിലത്തുവീണു. കറുമ്പി ശക്തിയിൽ നക്കിയിട്ടാ അത് വീണത്.’’ കണ്ണൻ പറഞ്ഞു.

''അതു സാരമില്ല. ഇനി അത് തനിച്ച് എഴുന്നേറ്റ് പാലു കുടിച്ചോളും. പ്രസവിച്ചാൽ ആദ്യം ചുരത്തുന്ന പാലിന് കുറെ വിശേഷ ഗുണങ്ങളുണ്ട്. രോഗപ്രതിരോധ ഉണ്ടാക്കുന്നതാ ആ പാല്. പശുവെന്നല്ല പ്രസവിക്കുന്ന എല്ലാ ജീവികളുടെയും ആദ്യത്തെ പാല് വിശേഷപ്പെട്ടതാ. ആ പാല് കുട്ടിക്ക് നിർബ്ബന്ധമായും കൊടുക്കണം.'' അച്ഛൻ പറഞ്ഞു.

''അപ്പോ മനുഷ്യരുടെ കാര്യമോ?'' കണ്ണൻ ചോദിച്ചു.

''മനുഷ്യരുടെ കാര്യമാണെങ്കിലും അതുതന്നെയാ വേണ്ടത്.'' അച്ഛൻ പറഞ്ഞു.

''മറുപിള്ള വീഴുന്നതു നോക്കണം. മറുപിള്ള വീണാൽ പശു അത് ചിലപ്പോൾ തിന്നാൻ സാധ്യതയുണ്ട്. അത് തിന്നാൽ, പശുവിന്റെ ആരോഗ്യം നഷ്ടപ്പെടും.'' അച്ഛൻ പറഞ്ഞു.

''എന്താ അച്ഛാ, മറുപിള്ള.'' കണ്ണൻ ചോദിച്ചു.

''കുഞ്ഞ് അമ്മയുടെ വയറ്റിൽ കിടക്കുന്നത് ഒരു പ്രത്യേക സഞ്ചിയിലാണ്. കുഞ്ഞ് പുറത്തു വന്നു കഴിഞ്ഞാൽ, ആ സഞ്ചികൂടി പുറത്തു പോകണം. അത് രണ്ടുമൂന്നു മണിക്കൂറിന് ശേഷമാവും പുറത്തു വീഴുക. അതിനെയാണ് മറുപിള്ള എന്നു പറയുന്നത്.'' അച്ഛൻ പറഞ്ഞു.

''ഇത് പ്രസവിക്കുന്ന എല്ലാ ജീവികൾക്കുമുണ്ടെങ്കില് മനുഷ്യനും ഉണ്ടാവില്ലേ..'' കണ്ണൻ ചോദിച്ചു.

കണ്ണന്റെ ചോദ്യം കേട്ട് ചിരിച്ചുകൊണ്ടാണ് അമ്മ വീണ്ടും അവിടേക്കു വന്നത്.

''എല്ലാ ജീവികൾക്കും രണ്ടു ജന്മമുണ്ടെന്നു പറയാം. ഒന്ന് അമ്മയുടെ ഗർഭപാത്രത്തിലെ ജീവിതം. മറ്റൊന്ന് ഭൂമിയിൽ വന്നതിനു ശേഷമുള്ള ജീവിതം.'' അച്ഛൻ കണ്ണന്റെ സംശയത്തിന് വ്യക്തമായാണ് മറുപടി പറഞ്ഞത്.

''അപ്പോ കോഴിക്കുഞ്ഞ് മുട്ടയിൽ നിന്നല്ലേ വിരിയുന്നത്? അപ്പോ കോഴിക്കുഞ്ഞിന് മൂന്നു ജന്മമില്ലേ...'' കണ്ണൻ ചോദിച്ചു.

''മിടുക്കൻ.'' ആ ചോദ്യം അച്ഛന് വളരെ ഇഷ്ടമായെന്ന് കണ്ണന് മനസ്സിലായി.

''ഇവന്റെ സംശയം തീരണമെങ്കിൽ നല്ല പണിയാ'' അമ്മ പറഞ്ഞു.

''എന്തേ ഞാൻ പറഞ്ഞത് ശരിയല്ലേ അച്ഛാ?'' അവൻ ചോദിച്ചു.

''മോൻ പറഞ്ഞത് ശരിയാ. കോഴിയുടെ മുട്ട അതിന്റെ വയറ്റില് ഒരു ദിവസം കൊണ്ടല്ല ഉണ്ടാകുന്നത്. അപ്പോ കോഴി, മുട്ടയിടുന്നതു

വരെ ഒരു ജന്മം, മുട്ടയിട്ട് തള്ളക്കോഴി അടയിരുന്ന് ഇരുപത്തൊന്നു ദിവസംകൊണ്ട് വിരിയുന്നതുവരെ മറ്റൊരു ജന്മം, പിന്നെ വിരിഞ്ഞ തിനുശേഷമുള്ള മൂന്നാമത്തെ ജന്മം. അല്ലേ കണ്ണാ..'' അച്ഛൻ കണ്ണനെ നോക്കി ചിരിച്ചുകൊണ്ട് പറഞ്ഞു.

''മറുപിള്ള എന്താണെന്ന് പറഞ്ഞത് എനിക്ക് മനസ്സിലായില്ല.'' കണ്ണൻ പറഞ്ഞു.

''കുട്ടി അമ്മയുടെ വയറ്റിൽ ഒൻപതുമാസം കിടന്നല്ലേ വളരുന്നത്. കുട്ടി കിടക്കുന്നത് ഒരു കൊഴുത്ത് ദ്രാവകത്തിനകത്താ. വയറ്റിൽ കിടക്കുന്ന കുഞ്ഞിന് അമ്മ നടന്നാലും കിടന്നാലും തിരിഞ്ഞാലും മറിഞ്ഞാലും ഓടിയാലും ചാടിയാലുമൊന്നും ഒരു കുഴപ്പവുമുണ്ടാ കാതിരിക്കാനാ ഈ കൊഴുത്ത ദ്രാവകം. പക്ഷേ കുഞ്ഞ് ആ ദ്രാവക ത്തിൽനിന്ന് പുറത്തുവന്നാലും ആ ദ്രാവകം പൂർണ്ണമായും പുറത്തു പോകില്ല. അതിന് കുറച്ചു സമയംകൂടി വേണ്ടിവരും. കുഞ്ഞിനെ സംരക്ഷിച്ച, കുഞ്ഞിന്റെ വളർച്ചയ്ക്ക് എല്ലാ സഹായവും ചെയ്ത ആ സഞ്ചിയും കൊഴുത്ത ദ്രാവകവും മറ്റുമാണ് മറുപിള്ള.'' അച്ഛൻ വിശദീകരിച്ചു.

''വല്യ ഡോക്ടറെപ്പോലാണല്ലോ പറേന്നത്.'' അമ്മ ചിരിച്ചു കൊണ്ട് അച്ഛനെ കളിയാക്കി.

അമ്മ ചിരിച്ചപ്പോൾ അച്ഛൻ പറഞ്ഞത് ശരിയല്ലേയെന്ന് അവൻ സംശയിച്ചു. പ്രസവിച്ച അമ്മയ്ക്കാണ് അക്കാര്യങ്ങൾ നന്നായി അറിയുന്നത് എന്നാണ് കണ്ണൻ വിശ്വസിച്ചത്. അമ്മ ഒന്നും പറയാതെ നിന്നപ്പോൾ അവന് വീണ്ടും സംശയമായി.

''അമ്മയെന്താ ചിരിക്കുന്നത്, അച്ഛൻ പറഞ്ഞത് ശരിയല്ലേ?'' അവൻ അമ്മയെ നോക്കി വീണ്ടും ചോദിച്ചു.

''അച്ഛൻ പറഞ്ഞതൊക്കെ ശരിയാ കണ്ണാ...'' അമ്മ പറഞ്ഞു.

''കണ്ണാ... നീ ഇന്ന് സ്കൂളിൽ പോകുന്നില്ലേ...?'' ചേച്ചി വിളിച്ചു ചോദിച്ചു.

ചേച്ചി വിളിച്ചത്, കേൾക്കാത്തമട്ടിൽ, പശുക്കുട്ടി പാലുകുടിക്കു ന്നതും അത് നടക്കുന്നതും അതിന്റെ ഓരോ ചലനങ്ങളും നോക്കി അവൻ അവിടെതന്നെനിന്നു. വീട്ടിൽനിന്ന് നേരത്തെ ഇറങ്ങാൻ ചേച്ചി തിരക്കുകൂട്ടുന്നത് സ്കൂളിൽപോയി കുട്ടികളുമായി കളിക്കാ നാണെന്ന് അവനറിയാം.

''എന്താ കണ്ണാ, നീ ചേച്ചി വിളിച്ചത് കേട്ടില്ലേ. സ്കൂളിൽ പോകണ്ടേ?'' അച്ഛൻ ചോദിച്ചു.

ഇനി അവിടെ നിന്നാൽ അച്ഛൻ ദേഷ്യപ്പെടുമെന്ന് മനസ്സിലാക്കി കുളിമുറിയിലേക്ക് അവൻ ഓടി. നാലഞ്ചുകപ്പ് വെള്ളം തലയിലേക്കൊഴിച്ച് കുളിച്ചെന്നുവരുത്തി. നിക്കറും ഉടുപ്പുമിട്ട് അടുക്കളയിൽ കയറി അമ്മ വിളമ്പിവച്ച പൊടിയരിയുടെ ഉപ്പുമാവ് നിന്നുകൊണ്ട് വേഗത്തിൽ കഴിച്ചു. അവനെ കാത്ത് ചേച്ചി മുറ്റത്തു റെഡിയായി നിൽക്കുന്നുണ്ടായിരുന്നു. വീട്ടിൽനിന്ന് ഒരുമിച്ചാണ് ഇറങ്ങുന്നതെങ്കിലും റോഡിലേക്കു കയറിയാൽ അവനും ചേച്ചിയും കൂട്ടുകാരോടൊപ്പമാണ് പോകുന്നത്.

ചേച്ചിയുടെ പിന്നാലെ സ്കൂളിലേക്കു പോകുമ്പോൾ പശു പ്രസവിക്കുന്നത് കണ്ടകാര്യം കൂട്ടുകാരോട് പറയണ്ടതിനെക്കുറിച്ചാണ് കണ്ണൻ ആലോചിച്ചത്.

പ്രസവകഥ

സ്കൂളിലേക്കു പോകാൻ കണ്ണനെ കാത്ത് മധു അവന്റെ വീട്ടു പടിക്കൽ ചിലപ്പോൾ നിൽക്കാറുണ്ട്. ഒടിച്ചിട്ട ചെടിയുടെ കൊമ്പു കണ്ടപ്പോൾ മധു പോയെന്ന് മനസ്സിലായി. കൂട്ടുകാർ ആരെങ്കിലും വിളിച്ചാൽ കണ്ണനെ കാത്തുനിൽക്കാതെ അവരോടൊപ്പം ചിലപ്പോൾ അവൻ പോകാറുണ്ട്. പോയതിന്റെ അടയാളമായി വഴിയിൽ ഏതെങ്കിലും ചെടിയുടെ കൊമ്പ് ഒടിച്ചിടും. മധു നേരത്തെ പോകുന്നത് സ്കൂളിനടുള്ള അമ്പലമുറ്റത്ത് കളിക്കാനാണ്. സ്കൂളിലെ കുട്ടികൾക്ക് വിശാലമായ അമ്പലമുറ്റം സ്കൂൾഗ്രൗണ്ടുപോലെ കളിക്കാനുള്ള ഇടമാണ്.

''എന്താ ലക്ഷ്മി വൈകിയത്?'' ഇടവഴിയിൽ കാത്തു നിന്ന ചേച്ചിയുടെ കൂട്ടുകാരി തങ്കമണി ചോദിച്ചു.

അത് കേട്ടപ്പോൾ കണ്ണന് ദേഷ്യം വന്നു. താമസിച്ചതിന് കണ്ണനെ ചേച്ചി കുറ്റപ്പെടുത്തുമെന്ന് അവന് ഉറപ്പായിരുന്നു.

''കണ്ണനോട് ചോദിച്ചാ മതി. ''കണ്ണനെ ഒളികണ്ണിട്ടു നോക്കിക്കൊണ്ട് ചേച്ചി പറഞ്ഞു.

''ഞങ്ങടെ പശു പ്രസവിച്ചു.'' ചേച്ചി പറയുന്നതിന് ഇടയിൽകയറി കണ്ണൻ പറഞ്ഞു.

''പശുവിന്റെയും കുട്ടിയുടെ അടുത്തുനിന്ന് ഇവൻ വരണ്ടേ. രാവിലെ മുതൽ അതിന്റെ അടുത്താ...'' ചേച്ചി പറഞ്ഞു.

ചേച്ചി പറഞ്ഞതൊന്നും അവൻ ശ്രദ്ധിച്ചില്ല. അവന്റെ മനസ്സിൽ അപ്പോഴും പശുക്കുട്ടി മാത്രമായിരുന്നു. പശുവിന്റെ പിന്നിൽനിന്നും പുറത്തേക്കുവന്ന പശുക്കുട്ടിയുടെ തലയും കാലും മനസ്സിൽ മായാതെ കിടന്നു. താൻ കണ്ടതെല്ലാം കൂട്ടുകാരോട് എങ്ങനെ അവതരിപ്പിക്കണമെന്ന് ആലോചിച്ച് പരിസരംപോലും മറന്നാണ് അവൻ നടന്നത്. ചേച്ചിയും കൂട്ടുകാരിയും സംസാരത്തിനിടയ്ക്ക് ഉച്ചത്തിൽ

ചിരിച്ചപ്പോൾ അവർ എന്തിനാണ് ചിരിച്ചതെന്നറിയാതെ അവൻ അവരെ നോക്കി.

സ്കൂളിലെത്തിയാൽ താൻ പറയുന്നത് കേൾക്കാൻ കൂട്ടുകാർ ചുറ്റുമിരിക്കുന്ന രംഗം സങ്കൽപ്പിച്ചപ്പോൾ കണ്ണന് സന്തോഷം അടക്കാൻ കഴിഞ്ഞില്ല. കൂട്ടുകാരൊന്നും കണ്ടിട്ടില്ലാത്ത കാഴ്ചയാണ് അവൻ കണ്ടത്. അതോർത്തപ്പോൾ അവന്റെ മുഖത്ത് ഒരു ചെറു ചിരി അറിയാതെ വിടന്നു. അതേക്കുറിച്ചു കൂട്ടുകാരോട് പറയുമ്പോൾ അവർക്കിടയിൽ തനിക്ക് കിട്ടുന്ന അംഗീകാരത്തെക്കുറിച്ച് ആലോചിച്ചുകൊണ്ടാണ് അവൻ നടന്നത്.

സ്കൂളിലേക്കുള്ള പടികൾ കയറിയതും പെട്ടെന്ന് ചേച്ചിയെ പിന്നിലാക്കി കണ്ണൻ ക്ലാസ്സിലേക്കോടി. ബുക്കും പുസ്തകവും ബഞ്ചിൽ, അവൻ ഇരിക്കുന്ന സ്ഥലത്തു വച്ചു. കൂട്ടുകാരായ രാജനും ഉണ്ണിയും ഒന്നും ക്ലാസ്സിൽ ആരും എത്തിയിട്ടില്ല. ബെല്ലടിക്കാൻ കുറെ സമയം കൂടിയുണ്ടെന്ന് സ്കൂൾ മുറ്റത്തെ നിഴൽ നോക്കിയപ്പോൾ മനസ്സിലായി. രാവിലെ അമ്പലമുറ്റത്ത് കളിക്കാൻ കയറരുതെന്ന് അച്ഛൻ പറഞ്ഞിട്ടുള്ളതിനാൽ അമ്പലമുറ്റത്ത് കളിക്കുന്നവരുടെ കൂട്ടത്തിൽ ആരൊക്കെ ഉണ്ടെന്നുപോലും നോക്കിയില്ല.

കൂട്ടുകാർ വരുന്നതും കാത്ത് വരാന്തയിൽത്തന്നെ അവൻ നിന്നു. പശു പ്രസവിക്കുന്നതു തന്റെ കണ്ണുകൊണ്ട് കണ്ടെന്നു കൂട്ടുകാരോടു പറയാൻ അവൻ ക്ഷമയോടെ കാത്തുനിൽക്കുമ്പോഴാണ് ഉണ്ണിയും രാജനും ഗ്രൗണ്ടിലൂടെ സംസാരിച്ചുകൊണ്ട് വരുന്നത് കണ്ടു. അവർ ക്ലാസ്സിൽ കയറുന്നതിനുമുമ്പുതന്നെ കണ്ണൻ അവരുടെ അടുത്തേക്കോടി.

''ഞങ്ങടെ പശു ഇന്നുരാവിലെ പെറ്റു. പശു പ്രസവിക്കുന്നത് ശരിക്കും ഞാൻ കണ്ടു.'' കണ്ണൻ പറഞ്ഞു.

''ശരിക്കും നീ കണ്ടോ?'' ഉണ്ണി അതിശയത്തോടെ കണ്ണനെ നോക്കി ചോദിച്ചു.

''ശരിക്കും കണ്ടു.'' കണ്ണൻ പറഞ്ഞു.

ക്ലാസ്സില് കയറി പുസ്തകം ബഞ്ചിൽ വച്ച് ഉണ്ണിയും രാജനും കണ്ണന്റെ കൈയിൽ പിടിച്ച് ഗ്രൗണ്ടിന്റെ വടക്കെ മൂലയിൽ നിൽക്കുന്ന ഞാവൽമരത്തിന്റെ ചുവട്ടിലേക്ക് ഓടി.

കറുമ്പിപ്പശു പ്രസവിക്കുന്ന ഓരോ രംഗങ്ങളും കണ്ണൻ വിശദമായി പറയുമ്പോൾ നാലഞ്ചു കുട്ടികൾകൂടി അതുകേൾക്കാൻ അവരുടെ കൂട്ടത്തിൽ കൂടി. വീരനായകനാണ് താൻ, എന്ന ഭാവത്തിലാണ് കൂട്ടുകാരുടെ മുന്നിൽ വിശദമായി കണ്ടതെല്ലാം അവൻ അവതരിപ്പിച്ചത്. കണ്ണൻ പറഞ്ഞത് അതിശയത്തോടെയാണ് അവരെല്ലാം കേട്ടിരുന്നത്.

പശുക്കുട്ടി എഴുന്നേറ്റപ്പോൾ വീണതും അച്ഛൻ സഹായിച്ചതും മറ്റും കണ്ണൻ പറയുമ്പോഴാണ് എല്ലാവരെയും നിരാശപ്പെടുത്തിക്കൊണ്ട് പ്രാർത്ഥനയ്ക്കുള്ള മണി മുഴങ്ങിയത്. എന്നിട്ടും ക്ലാസ്സിലേക്ക് പോകാതെ കഥപറഞ്ഞുകൊണ്ട് കുറച്ചു സമയംകൂടി നിന്നു. വരാന്തയിൽ ഗോപാലൻമാഷ് ചൂരലുമായി നിൽക്കുന്നത് കണ്ടപ്പോൾ കണ്ണൻ കഥ പറച്ചിൽ അവസാനിപ്പിച്ചു. ബെല്ലടിച്ചാലും കളി നിർത്താതെ ഗ്രൗണ്ടിൽ നിൽക്കുന്നവർക്ക് രാവിലെതന്നെ സാറിന്റെ വക ചൂരൽ കഷായം കിട്ടും.

''ബാക്കി ഉച്ചയ്ക്കു പറയാം.'' ക്ലാസ്സിലേക്കോടുമ്പോൾ കണ്ണൻ പറഞ്ഞു.

ടീച്ചർമാർ ആരെങ്കിലും ലീവാണെങ്കിൽ ആ പിരിഡിൽ ചിലപ്പോൾ ഹെഡ്മാസ്റ്റർ കളിക്കാൻ വിടാറുണ്ട്. ടീച്ചർമാർ ആരെങ്കിലും ലീവ് ആവണേ എന്ന് അവൻ ആഗ്രഹിച്ചു. പ്രാർത്ഥന തുടങ്ങിയതും കമലാഭായി ടീച്ചർ ക്ലാസ്സിൽ എത്തിയതും ഒപ്പമായിരുന്നു. എഴുന്നേറ്റു കണ്ണടച്ചു നിൽക്കുമ്പോഴും ആർക്കും കാണാൻ കഴിയാത്ത കാഴ്ച കണ്ട ഒരാളെന്ന നിലയിൽ ഒരു വീരനായകനെപ്പോലെ അഭിമാനത്തോടെയാണ് നിന്നത്.

കമലാഭായി ടീച്ചർ ഹാജർ വിളിച്ചശേഷം എല്ലാവരെയും ഒന്നു നോക്കി. ടീച്ചർ എല്ലാ കുട്ടികളെയും ശ്രദ്ധിക്കുന്നുണ്ടെന്ന് ആ നോട്ടത്തിൽനിന്ന് ഓരോ കുട്ടിക്കും മനസ്സിലായി. ടീച്ചറുടെ മലയാളം ക്ലാസ്സ് എല്ലാ കുട്ടികൾക്കും ഇഷ്ടമാണ്.

''ടീച്ചർ ഇന്നലത്തെ കഥയുടെ ബാക്കി...'' ആരൊക്കെയോ വിളിച്ചു പറഞ്ഞു.

തലേദിവസം ആനയുടെയും തുന്നൽക്കാരന്റേയും കഥ പറഞ്ഞു തീരുന്നതിന് മുമ്പ് ബല്ലടിച്ചിരുന്നു. എന്തുസംശയവും ചോദിക്കാനുള്ള സ്വാതന്ത്ര്യം ഉണ്ടെങ്കിലും ചോദ്യം ചോദിക്കുന്ന കുട്ടി എഴുന്നേറ്റു നിൽക്കണമെന്ന് ടീച്ചർക്ക് നിർബ്ബന്ധമാണ്. ഒരാൾ ചോദിക്കാൻ എഴുന്നേറ്റാൽ പിന്നെ മറ്റാരും സംസാരിക്കാനും പാടില്ല. ഒരു ചോദ്യമെങ്കിലും ഒരു പിരിയിഡിൽ ഒരു കുട്ടി ചോദിക്കണമെന്ന് നിർബ്ബന്ധമുള്ളതുകൊണ്ട് എല്ലാ കുട്ടികളും ഓരോരോ ചോദ്യങ്ങളുമായിട്ടാണ് ടീച്ചറുടെ ക്ലാസ്സിൽ വരുന്നത്.

''ബാക്കിയോ? ഇന്നലെ പറഞ്ഞില്ലേ, അത്രയേ ഉള്ളൂ.''

''ആനയെ മെരുക്കിയെടുത്തതുപോലെ എന്തുകൊണ്ടാണ് മനുഷ്യന് പുലിയെ ഇണക്കി വളർത്താൻ കഴിയാത്തത്?'' എപ്പോഴും വികൃതിചോദ്യങ്ങൾ ചോദിക്കുന്ന ശിവൻകുട്ടിയാണ് ചോദിച്ചത്.

''നായ്ക്കുട്ടിയെപ്പോലെയും പൂച്ചക്കുട്ടിയെപ്പോലെയും പുലിക്കുട്ടി ഇണങ്ങില്ലേ ടീച്ചർ.'' ടീച്ചർ മൗനമായി നിന്നപ്പോഴേക്കും ടീച്ചറുടെ ബന്ധുകൂടിയായ ശോഭനയാണ് ചോദിച്ചത്.

''പുലി, മാംസം മാത്രംകഴിക്കുന്ന ജീവിയാണ്. അതിനെ വളർത്താൻ ശ്രമിച്ചാൽ വിശക്കുമ്പോൾ അത് വളർത്തുന്ന ആളിനെത്തന്നെ പിടിച്ചു തിന്നും'' ടീച്ചർ ചിരിച്ചുകൊണ്ട് പറഞ്ഞു.

''പുലിയുടെ പാല് പശുവിന്റെ പാലുപോലെ മനുഷ്യർക്ക് കുടിക്കാൻ പറ്റുമോ?'' കണ്ണൻ എഴുന്നേറ്റുനിന്നു ചോദിച്ചു. ശബരിമല അയ്യപ്പന്റെ കഥ പറഞ്ഞപ്പോൾ ചെറിയമ്മയുടെ അസുഖം ഭേദമാക്കാൻ പുലിപ്പാലിനു പോയ കഥ ടീച്ചർ കുറച്ചു ദിവസംമുമ്പ് പറഞ്ഞത് ഓർത്തുകൊണ്ടാണ് അവൻ ചോദിച്ചത്.

ടീച്ചർ ഒന്നും പറയാതെ കണ്ണനെ നോക്കി ചിരിച്ചു. കുടിക്കാൻ പറ്റുമെന്ന് പറഞ്ഞാൽ അതിനെ വളർത്തിക്കൂടെ എന്നാവും അടുത്ത ചോദ്യമെന്ന് ടീച്ചർക്കറിയാം.

''പുലിയുടെ പാല് അതിന്റെ കുഞ്ഞിന് കുടിക്കാനുള്ളതാണ്.'' ടീച്ചർ പറഞ്ഞു.

''എങ്കിൽ, പശുവിന്റെ പാലും പശുവിന്റെ കുട്ടിക്ക് കുടിക്കാനുള്ളതല്ലേ?'' കണ്ണൻ ചോദിച്ചു.

''അതെ, പക്ഷേ നമ്മൾ പശുക്കുട്ടിക്ക് കുടിക്കാനുള്ള പാലാണ് കറന്നെടുക്കുന്നത്.'' ടീച്ചർ പറഞ്ഞത് ശരിയാണെന്ന് എല്ലാവർക്കും തോന്നി. അതുകൊണ്ട് ആരും അതെക്കുറിച്ച് കൂടുതൽ ചോദ്യം ചോദിച്ചില്ല.

ടീച്ചർ തലേദിവസം പഠിപ്പിച്ച പാഠഭാഗം ഓരോരുത്തരെക്കൊണ്ടും വായിപ്പിക്കുമ്പോഴും കണ്ണന്റെ മനസ്സിലൂടെ പല ചിന്തകളും കടന്നുപോയി. കുറച്ചുദിവസം കഴിഞ്ഞാൽ കറുമ്പിയുടെ പാലുകൊണ്ട് മോരും തൈരും ഉണ്ടാക്കുമെന്ന് അമ്മ പറഞ്ഞതാണ് അവൻ ഓർത്തത്.

കറുമ്പിയുടെ കുട്ടിയെക്കുറിച്ച് ഓർത്തപ്പോൾ എത്രയും പെട്ടെന്ന് നാലുമണി ആയാൽ മതിയെന്ന് അവൻ ആഗ്രഹിച്ചു.

കുമ്പളങ്ങാപായസം

സ്കൂൾ വിട്ട് വീട്ടിലെത്തിയതും തട്ടുടിയിൽ സ്ലേറ്റും പുസ്തകവും വച്ച് വേഗം കറുമ്പിയുടെ അടുത്തേക്കാണ് കണ്ണൻ പോയത്. അച്ഛൻ പഴംകുമ്പളയ്ങ്ങ രണ്ടായി മുറിച്ച് തേങ്ങ ചിരകുന്നതുപൊലെ ചിരകിക്കൊണ്ട് വരാന്തയിലിരിക്കുന്നത് അവൻ ശ്രദ്ധിച്ചു. അച്ഛൻ കറുമ്പിക്ക് ചില മരുന്ന് ഉണ്ടാക്കാനുള്ള ശ്രമത്തിലാണ്.

കറുമ്പിയുടെ കുട്ടി അപ്പോഴും പാലുകുടിച്ചുകൊണ്ട് നിൽക്കുന്നതാണ് കണ്ണൻ കണ്ടത്. മകളെ ചേർത്തുപിടിച്ചു നിൽക്കുന്നതുപോലെ കറുമ്പി കുട്ടിയെ നക്കിക്കൊണ്ടു നിൽക്കുന്നത് അല്പസമയം നോക്കിനിന്നു. ഏപ്പോഴും പാലുകുടിക്കണമെന്ന ചിന്ത മാത്രമാണ് കുട്ടിക്ക് ഉള്ളതെന്ന് അവന് തോന്നി. കറുമ്പിക്ക് കണ്ണൻ കളിയിലിൽ കിടന്ന കുറച്ച് പുല്ല്, പുല്ലുകൂട്ടിലേക്ക് ഇട്ടുകൊടുത്തു.

‘‘കണ്ണാ, കറുമ്പിക്ക് പുല്ല് കൊടുക്കല്ലേ. രണ്ടുമൂന്നു ദിവസത്തേക്ക് പുല്ല് കൊടുക്കാൻ പാടില്ല.’’ അച്ഛൻ വിളിച്ചു പറഞ്ഞു.

പ്രസവിച്ചു കഴിഞ്ഞാൽ മനുഷ്യർക്കെന്നപോലെ വളർത്തുമൃഗങ്ങൾക്കും പ്രസവരക്ഷയ്ക്കായി മരുന്നുകൾ കൊടുക്കുമെന്ന് അച്ഛൻ പറഞ്ഞത് കണ്ണൻ ഓർത്തു. ഇട്ടുകൊടുത്ത പുല്ല് തിരിച്ചെടുക്കാൻ ശ്രമിച്ചെങ്കിലും വേണ്ട കണ്ണാ, എന്നു പറയുന്നതുപോലെ കറുമ്പി തലയിളക്കി. അച്ഛൻ കണ്ടാൽ ചീത്ത പറയും എന്നുറപ്പാണ്. അച്ഛൻ കാണുന്നതിനുമുമ്പ് കറുമ്പി വേഗത്തിൽ പുല്ലു തിന്നുന്നതുപോലെ കണ്ണന് തോന്നി.

‘‘കണ്ണാ..’’ അമ്മ അടുക്കളയിൽനിന്ന് നീട്ടിവിളിച്ചു.

അവൻ കളപ്പുരയിലിൽനിന്നും അടുക്കളയിലേക്കോടി. കണ്ണനെത്തുമ്പോഴേക്കും ചേച്ചി ചക്ക കഴിച്ച് പാത്രം കാലിയാക്കി കൈ കഴുകി കഴിഞ്ഞിരുന്നു.

‘‘ചക്ക വേവിച്ചതും ചമ്മന്തിയും കണ്ണനെ കാത്തിരിക്കാൻ

തുടങ്ങിയിട്ട് എത്ര നേരമായി.'' അടുക്കളയിലേക്കു കയറിയപ്പോൾ അമ്മ പറഞ്ഞു.

ചക്കയോ, ചീനിയോ സ്കൂൾ വിട്ടുവന്നാൽ കഴിക്കാനുണ്ടാവും. തേങ്ങയും പച്ചമുളകും ചെറിയ ഉള്ളിയും മഞ്ഞളും ഒക്കെ ചേർത്ത് വേവിച്ച് ഉടച്ചെടുത്ത ചക്ക ചമ്മന്തികൂട്ടി കഴിക്കാൻ നല്ല രുചിയാണ്. ചമ്മന്തി ഇല്ലെങ്കിൽ ആറേഴുതുള്ളി വെളിച്ചെണ്ണ വേവിച്ച് ഉടച്ച ചക്കയിലേക്ക് അമ്മ ഇറ്റിച്ചു തരും. പ്ലേറ്റിൽ വിളമ്പിവച്ച ചക്കയുമെടുത്ത് കണ്ണൻ അടുക്കളയ്ക്ക് പുറത്തേക്കിറങ്ങി.

''നിന്റെ പ്ലേറ്റ്, നീ തന്നെ കഴുകണം.'' വൈകി വന്നതിലുള്ള ദേഷ്യത്തോടെ ചേച്ചി പറഞ്ഞു. കണ്ണന്റെ പ്ലേറ്റ് സാധാരണ ചേച്ചിയാണ് കഴുകുന്നത്.

''അമ്മേ, കണ്ണൻ കൈ കഴുകാതെ...'' ചേച്ചി വിളിച്ചു പറഞ്ഞു.

കൈ കഴുകാതെ ഭക്ഷണം കഴിക്കാൻ പാടില്ലെന്ന് അറിയാമെങ്കിലും കൈ കഴുകുന്ന കാര്യം കണ്ണൻ മറന്നുപോയി. അത് അമ്മയെ അറിയിച്ചതിന് ചേച്ചിയോടുള്ള ദേഷ്യം അവൻ ഗോഷ്ടി കാണിച്ച് പ്രകടിപ്പിച്ചു. കലത്തിലെ വെള്ളത്തിൽ കയ്യിട്ട് കൈ കഴുകിയപ്പോഴാണ് അങ്ങനെ കഴുകരുതെന്ന് അമ്മ പറഞ്ഞിട്ടുള്ള കാര്യം അവൻ ഓർത്തത്. പശുക്കുട്ടിയുടെ അടുത്തേക്കു പോകാനുള്ള തിടുക്കത്തിൽ ചക്ക വേവിച്ചത് ചമ്മന്തി കൂട്ടി വേഗത്തിൽ കഴിച്ച് കണ്ണൻ കളപ്പുരയിലിലേക്കോടി. കണ്ണൻ കൊടുത്ത പുല്ല് അപ്പോഴേക്കും കറുമ്പി തിന്നു കഴിഞ്ഞിരുന്നു. അത് തിന്നതുകൊണ്ട് എന്തെങ്കിലും കുഴപ്പം കറുമ്പിക്ക് ഉണ്ടാവുമോ എന്ന് കണ്ണൻ ഭയന്നു.

കളപ്പുരയുടെ കഴിക്കോലിൽ കഴിഞ്ഞവർഷം ഉണ്ടായ നാലഞ്ചു കുമ്പളങ്ങ അച്ഛൻ കെട്ടിത്തൂക്കിയിട്ടിരുന്നു. പാകമായ കുമ്പളങ്ങ കെട്ടിത്തൂക്കിയിട്ടാൽ ഒരു വർഷം കഴിഞ്ഞാലും കേടുവരില്ലെന്ന് അപ്പോൾ അച്ഛൻ പറഞ്ഞിരുന്നു. അതിൽ തൊട്ടപ്പോൾ കൈ ചുണ്ണാമ്പു തേച്ചതുപോലെ വെളുത്തത് കണ്ണന് ഓർമ്മവന്നു.

ചിരകിയ കുമ്പളങ്ങയും കൈയിൽ ഒരു കടലാസ്സു പൊതിയുമായി അച്ഛൻ കളപ്പുരയിലേക്കു കയറിയപ്പോൾ പൊതിയിൽ എന്താണെന്ന് അവന് മനസ്സിലായില്ല. പൊതി അഴിച്ചപ്പോൾ അത് ശർക്കരയാണെന്ന് മനസ്സിലായി. അവന്റെ വായിൽ വെള്ളം ഊറി.

''അച്ഛാ ഒരു കുഞ്ഞിക്കഷണം ശർക്കര..'' കണ്ണൻ കൈനീട്ടിക്കൊണ്ട് പറഞ്ഞു.

''ശർക്കരയല്ല, കരിപ്പൊട്ടിയാ.'' അച്ഛൻ ഒരു കഷണം പൊട്ടിച്ച് കണ്ണന്റെ കൈയിൽ കൊടുത്തിട്ട് പറഞ്ഞു.

''കരിപ്പൊട്ടിയും ശർക്കരയും തമ്മിൽ എന്താ അച്ഛാ വ്യത്യാസം?'' കൈയിലിരുന്ന കരിപ്പൊട്ടി നക്കിക്കൊണ്ട് അവൻ ചോദിച്ചു.

''ശർക്കര ഉണ്ടാക്കുന്നത് കരിമ്പിൽനിന്നാണെങ്കിൽ കരിപ്പുകട്ടി ഉണ്ടാക്കുന്നത് കരിമ്പനയുടെ കള്ളിൽനിന്നാണ്. കരിപ്പുകട്ടി, കരിപ്പൊട്ടി, പനംചക്കര എന്നിങ്ങനെ ഓരോ ദേശങ്ങളിലും ഇതിന് ഓരോ പേരു പറയും.'' അച്ഛൻ പറഞ്ഞു.

കരുപ്പുകട്ടിയുടെ മുകളിൽ ഉച്ചിയിൽ കെട്ടിയതുപോലെ ഇരുന്നത് പൊട്ടിച്ചതാണ് അച്ഛൻ കണ്ണന് കൊടുത്തത്. അച്ഛൻ എപ്പോഴും കൊണ്ടുനടക്കുന്ന മടക്കുകത്തികൊണ്ട് കരുപ്പുകട്ടി ചീകുന്നതും നോക്കി കണ്ണൻ അച്ഛന്റെ അടുത്തിരുന്നു.

വായിലിട്ടത് നുണഞ്ഞുകഴിഞ്ഞപ്പോൾ അച്ഛന്റെ അനുവാദം ചോദിക്കാതെ അവൻ വീണ്ടും അല്പംകൂടി പൊട്ടിച്ചു വായിലിട്ടു.

ചെരുകിക്കഴിഞ്ഞ കുമ്പളങ്ങയിൽ കരുപ്പുകട്ടി ചീകിയിട്ടശേഷം കൈകൊണ്ട് ഞെവിടി അത് പായസംപോലെ ആക്കിയശേഷമാണ് കറുമ്പിയുടെ നേരെ അച്ഛൻ പാത്രം നീട്ടിയത്. കറുമ്പി സന്തോഷത്തോട് തിരക്കുകൂട്ടി അത് കഴിച്ച് പാത്രം നക്കിത്തുടയ്ക്കുന്നത് കണ്ടപ്പോൾ പാത്രംകൂടി കറുമ്പി തിന്നുമെന്ന് കണ്ണന് തോന്നി.

''ആ കുട്ടിക്കുകൂടി ഇത്തിരി..'' കണ്ണൻ പറഞ്ഞു.

''കുട്ടി ഇതൊന്നും കഴിക്കാറായിട്ടില്ല.'' അച്ഛൻ പറഞ്ഞു.

പാത്രവുമായി കളിയിലിൽനിന്ന് മുറ്റത്തേക്കിറങ്ങിയിട്ടും കണ്ണൻ പശുക്കുട്ടിയെ നോക്കിക്കൊണ്ട് കളിയിലിൽനിന്നു. പശുക്കുട്ടിയെ തൊടാൻ നോക്കിയെങ്കിലും കറുമ്പി തലയാട്ടി അവനെ ഭയപ്പെടുത്തി. കുട്ടി തൊഴുത്തിൽനിന്ന് മുറ്റത്തേയ്ക്ക് ചാടുന്നതും കാത്ത് അവൻ കുറച്ചുനേരം നിന്നു. കറുമ്പിയുടെ കുട്ടിക്ക് എന്താ പേരിടേണ്ടതെന്ന് അപ്പോൾ അവൻ ആലോചിച്ചു. സന്ധ്യാസമയത്ത് ഭാഗവതം വായിച്ചതിനുശേഷമാണ് അച്ഛൻ സ്കൂളിലെ കാര്യങ്ങളെല്ലാം ചോദിക്കുക. ആ സമയത്ത് അച്ഛനോടുതന്നെ ചോദിക്കാമെന്ന് തീരുമാനിച്ചു.

പകൽമുഴുവൻ അച്ഛൻ ഓരോ പണികളിലാവും. സന്ധ്യയ്ക്കു മുമ്പ് കുളിച്ച് ലുങ്കി മാറ്റി മുണ്ടുടുത്ത് തോളത്ത് വെള്ള തോർത്തുമിട്ട് റോഡു വക്കിലുള്ള നാരായണേട്ടന്റെ പീടികയിലേക്കു പോകും. പീടികത്തിണ്ണയിൽ കൂട്ടുകാരുമായി നാട്ടുവർത്തമാനം പറഞ്ഞ് കുറച്ചുനേരം അച്ഛൻ ഇരിക്കാറുണ്ട്. സന്ധ്യ കഴിഞ്ഞിട്ടാണ് വീട്ടിൽ വരുന്നത്.

അച്ഛൻ ഭാഗവതം വായിക്കാൻ ഇരിക്കുമ്പോൾ കണ്ണനെ അടുത്തു പിടിച്ചിരുത്തും. കർക്കടക മാസത്തിൽ മാത്രമാണ് രാമായണം

വായിക്കുന്നത്. മറ്റുള്ള മാസങ്ങളിൽ പ്രർത്ഥനയ്ക്കുശേഷം ഭാഗവതമാണ് വായിക്കുക. അതിനുശേഷമാണ് സ്കൂളിലെ കാര്യങ്ങളൊക്കെ ചോദിക്കുക.

പ്രാർത്ഥന കഴിഞ്ഞ് അത്താഴം ഉണ്ണുന്നതുവരെയുള്ള സമയത്തു മാത്രമാണ് അച്ഛൻ വെറുതെ ഇരിക്കുന്നത് കണ്ണൻ കണ്ടിട്ടുള്ളത്. അപ്പോഴും വെറുതെ ഇരിക്കുകയാണെന്ന് പറയാൻ കഴിയില്ല. ലൈബ്രറിയിൽ നിന്നെടുത്ത പുസ്തകങ്ങൾ ചിലപ്പോൾ അത്താഴത്തിന്റെ സമയംവരെ വായിച്ചിരിക്കും. അല്ലെങ്കിൽ അമ്മയുമായി ഉമ്മറത്തെ തിണ്ണയിൽ നാട്ടുകാര്യവും വീട്ടുകാര്യവും പറഞ്ഞിരിക്കും.

അന്ന് പ്രാർത്ഥിക്കാൻ വിളക്കിനു മുന്നിൽ ഇരുന്നപ്പോൾ തന്റെ മനസ്സിലിരുന്ന കാര്യം ചേച്ചിയോട് പറഞ്ഞാലോ എന്ന് കണ്ണൻ ആലോചിച്ചു. രാമനാമം ജപിച്ചു കഴിഞ്ഞപ്പോൾ ചേച്ചി വിളക്കിനു മുന്നിൽനിന്ന് എഴുന്നേറ്റ് പഠിക്കാനായി റാന്തൽ വിളക്കിന്റെ അടുത്തേക്കുപോയി. എഴുന്നേറ്റപ്പോൾ കണ്ണന്റെ ദേഹത്ത് ചേച്ചി തോണ്ടിയത് എന്തിനെന്ന് മനസ്സിലായില്ല. ചേച്ചി ആംഗ്യംകാട്ടി വിളിച്ചപ്പോൾ കണ്ണൻ എഴുന്നേറ്റ് ചേച്ചിയുടെ അടുത്തേക്കു ചെന്നു.

''കണ്ണാ, കറുമ്പിയുടെ കുട്ടിക്ക് നന്ദിനി എന്ന് നമുക്ക് പേരിട്ടാലോ?'' പശുക്കുട്ടിക്ക് പേരിടണ്ട കാര്യമാണ് ചേച്ചിയും ആലോചിക്കുന്നുണ്ടെന്ന് അതു കേട്ടപ്പോൾ മനസ്സിലായി. താൻ വിചാരിച്ച കാര്യം ചേച്ചി എങ്ങനെ മനസ്സിലാക്കി എന്ന് അവൻ അത്ഭുതപ്പെട്ടു.

''എന്തിനാ ചേച്ചി നന്ദിനി എന്ന് പേരിടുന്നത്?'' അവൻ ചോദിച്ചു.

''നന്ദിനി സ്വർഗ്ഗത്തെ പശുവാണ്.'' ചേച്ചി പറഞ്ഞു.

''സ്വർഗ്ഗത്ത്, പശുവുണ്ടോ?'' കണ്ണൻ ആശ്ചര്യത്തോടെ ചോദിച്ചു.

''നീ അച്ഛനോട് ചോദിച്ചാ അച്ഛൻ നന്ദിനിയുടെ കഥ പറഞ്ഞുതരും.''

ചേച്ചി പറഞ്ഞതു കേട്ടപ്പോൾ അച്ഛൻ എത്രയും പെട്ടെന്നു വന്നിരുന്നെങ്കിൽ എന്നാണ് ആഗ്രഹിച്ചത്.

കൈസർ കുരയ്ക്കുന്നതു കേട്ടപ്പോൾ അച്ഛനാണോ വന്നതെന്ന് നോക്കാനായി അവൻ മുറ്റത്തേക്കിറങ്ങി. കൈസർ നിർത്താതെ കുരയ്ക്കുകയാണ്. നിഴൽ കണ്ടാലും നായ കുരയ്ക്കുമെന്ന് അമ്മ പറഞ്ഞത് ഓർത്തു.

''കൈസറേ..'' കണ്ണൻ വിളിച്ചു. അപ്പോഴേക്കും അത് വാലാട്ടിക്കൊണ്ട് അവന്റെ അടുത്തുവന്നു. അച്ഛൻ കൈവെള്ളയിൽവച്ച് കൈസറെ കൊണ്ടുവന്ന രംഗമാണ് അപ്പോൾ അവൻ ഓർത്തത്.

* * * * * *

നാരായണേട്ടന്റെ ചായപ്പീടികയുടെ പിന്നിലെ വിറകുപുരയിലെ ചാമ്പലിടുന്ന കുഴിയിൽനിന്നാണ് നായ്ക്കുട്ടിയെ എടുത്തുകൊണ്ടുവന്ന തെന്ന് അച്ഛൻ പറഞ്ഞത്.

കഴിഞ്ഞ വർഷം ചേച്ചിയോടൊപ്പം സ്കൂളിലേക്കു പോകുമ്പോൾ മധുവാണ്, കണ്ണുതുറന്നിട്ടില്ലാത്ത പട്ടിക്കുട്ടികൾ നാരായണേ ട്ടന്റെ വിറകുപുരയിൽ ഉള്ള കാര്യം പറഞ്ഞത്. അതിനെ കാണാൻ നാരായണേട്ടനോട് അനുവാദം ചോദിച്ച് മധു പോകുമ്പോൾ കണ്ണനെയും ക്ഷണിച്ചു. ചേച്ചിയുടെ അനുവാദമില്ലാതെയാണ് മധുവി നോടൊപ്പം നായ്ക്കുട്ടികളെ കണാൻ പോയത്. ആ രംഗം അവന്റെ മനസ്സിൽ തെളിഞ്ഞുവന്നു. കുഞ്ഞുങ്ങൾക്ക് മുലകൊടുക്കുന്ന പട്ടി അവരെ കണ്ടതിലുള്ള അതൃപ്തി മുരൾച്ചയിലൂടെ രേഖപ്പെടു ത്തിയപ്പോൾ പട്ടി കടിക്കുമെന്ന് ഭയന്ന് കണ്ണൻ പിന്നിലേക്കു മാറി.

കണ്ണുതുറക്കാത്ത പട്ടിക്കുട്ടികൾ തപ്പിതപ്പി മുല കണ്ടുപിടിച്ച് വലിച്ചുകുടിക്കുന്നതും തള്ളപ്പട്ടി തിരിഞ്ഞപ്പോൾ ചില നായ്ക്കുട്ടി കളുടെ വായിൽ നിന്ന് മുല നഷ്ടമാകുന്നതും അപ്പോൾ കുഞ്ഞുങ്ങൾ നിലവിളിച്ചുകൊണ്ട് മുലയ്ക്കുവേണ്ടി തള്ളുന്നതും അവർ അകലെ മാറിനിന്ന് നോക്കി രസിച്ചു. പട്ടി കടിക്കും എന്ന് നാരായണേട്ടൻ ഭയപ്പെടുത്തിയപ്പോഴാണ് അവിടെ നിന്ന് പിൻതിരഞ്ഞത്.

ഒരു നായക്കുട്ടിയെ വളർത്താൻ കൊണ്ടുവരണമെന്ന് അന്നു സ്കൂൾ വിട്ട് വീട്ടിൽ വന്നപ്പോൾത്തന്നെ അച്ഛനോട് കണ്ണൻ പറഞ്ഞിരുന്നു. തെണ്ടിനടക്കുന്ന പട്ടിയുടെ കുട്ടിയെ വേണ്ടെന്ന് അമ്മ പറഞ്ഞിട്ടും നായക്കുട്ടി വേണമെന്ന് അവൻ വാശിപിടിച്ചതുകൊണ്ട് ഒരാഴ്ച കഴിഞ്ഞ പ്പോൾ നായ്ക്കുട്ടിയുമായാണ് അച്ഛൻ സന്ധ്യയ്ക്ക് വീട്ടിൽ വന്നത്.

ആൺപട്ടികളെ വളർത്താനായി ഓരോരുത്തർ കൊണ്ടുപോയെ ങ്കിലും പെൺപട്ടികളെ ആരും കൊണ്ടുപോയില്ല. വിരുതന്മാരായ ചില കുട്ടികൾ വഴിവക്കിൽ അലഞ്ഞു നടക്കുന്ന പെൺപട്ടികളെ എടുത്ത് സ്കൂളിൽ കൊണ്ടുവന്നു. സ്കൂളിലെ വരാന്തയിലൂടെ നിലവിളിച്ചുനടക്കുന്ന പട്ടിക്കുട്ടിയെ കുഞ്ഞുകുഞ്ഞുസറ് എടുത്ത് അകലെ കൊണ്ടുകളഞ്ഞെങ്കിലും ഉപ്പുമാവിന്റെ സമയമാകുമ്പോ ഴേക്കും അത് സ്കൂൾ വരാന്തയിൽ എത്തിയിരുന്നു.

കുട്ടികൾ കൊടുക്കുന്ന ഉപ്പുമാവ് തിന്നാനായി സ്കൂളിന്റെ ചുറ്റും കറങ്ങിനടക്കുന്ന പട്ടികൾ ഒരിക്കലും ഒരു കുട്ടിയേയും കടിച്ചിട്ടില്ല. സ്കൂൾ സ്വന്തം വീടായും കുട്ടികളും അധ്യാപകരും അവരുടെ സ്വന്തക്കാരായുമാണ് സ്കൂളിന്റെ തണലിൽ അവർ വളർന്നത്.

* * * * * *

കണ്ണൻ ദേഹത്ത് തലോടിയപ്പോൾ കൈസർ കുര അവസാനിപ്പിച്ചു. അല്പസമയം കഴിഞ്ഞപ്പോഴേക്കും അച്ഛൻ എത്തി.

കാമധേനുവിന്റെ അത്ഭുതസിദ്ധി

അച്ഛൻ ഭസ്മച്ചട്ടിയിൽനിന്ന് ഭസ്മം നെറ്റിയിൽ തൊട്ട് പതിവു പോലെ നിലവിളക്കിന്റെ അടുത്തുവന്ന് മൗനമായി പ്രാർത്ഥിച്ച ശേഷം ഭാഗവതവുമെടുത്ത് ഗ്രന്ഥപ്പലകയിൽവച്ച് ചമ്രം പടിഞ്ഞ് വായിക്കാനിരുന്നു. കണ്ണനും അച്ഛന്റെ അടുത്തു പോയിരുന്നു.

പ്രാർത്ഥനയും ഭാഗവതം വായനയും കഴിഞ്ഞതിനുശേഷമാണ് അച്ഛനോട് സംശയങ്ങൾ ചോദിക്കേണ്ട സമയം. ഭാഗവതം വായന വേഗത്തിൽ തീരണമേ എന്ന് പ്രർത്ഥിച്ചുകൊണ്ടാണ് അവനിരുന്നത്.

''ഇന്നെന്തുപറ്റി? ശ്രദ്ധിച്ചിരിക്കുന്നുണ്ടല്ലോ. വായിച്ചത് വല്ലതും മനസ്സിലായോ?'' വായന കഴിഞ്ഞപ്പോൾ കണ്ണനെ നോക്കി ചിരിച്ചുകൊണ്ട് അച്ഛൻ ചോദിച്ചു.

''അച്ഛാ, സ്വർഗ്ഗത്തിൽ പശുവുണ്ടോ?'' ഗൗരവത്തിലാണ് കണ്ണൻ ചോദിച്ചത്.

അതുകേട്ട് അച്ഛൻ ചിരിച്ചു. ചേച്ചി പറ്റിച്ചതാണോ എന്ന് സംശയിച്ച് അപ്പോൾ കണ്ണൻ ചേച്ചിയെ നോക്കി.

''കറുമ്പിയുടെ കുട്ടിക്ക് നന്ദിനി എന്നു പേരിടാമെന്ന് ഞാൻ പറഞ്ഞപ്പോ കണ്ണന് നന്ദിനി ആരാണെന്ന് അറിയണം. നന്ദിനി സ്വർഗ്ഗത്തെ പശുവാണെന്ന് ഞാൻ പറഞ്ഞിട്ട് കണ്ണൻ വിശ്വസിക്കുന്നില്ല.'' ചേച്ചി പറഞ്ഞു.

''ഓ, അതാണ് കാര്യം. പഠിക്കാനുള്ളതെല്ലാം പഠിച്ച് കഴിഞ്ഞോ?'' അച്ഛൻ ചോദിച്ചു.

''പഠിച്ചു കഴിഞ്ഞു. സ്വർഗ്ഗത്തെ പശുവിന്റെ കഥ.'' കണ്ണൻ കെഞ്ചി പറഞ്ഞു.

അച്ഛൻ നിലവിളക്കിന്റെ തിരി എണ്ണയിലേക്ക് താഴ്ത്തി അണച്ചു. ഭാഗവതം മടക്കി, വായിച്ച ഭാഗത്ത് ഒരു പേപ്പർ കഷണമെടുത്ത്

അടയാളം വച്ചതിനുശേഷം എഴുന്നേറ്റ് പുറത്തെ തിണ്ണയിൽ വന്നിരുന്നു. കണ്ണനും പുറത്തേക്കുവന്ന് അച്ഛനോട് ചേർന്നിരുന്നു. അപ്പോൾ അടുക്കളവാതിൽ അടയ്ക്കുന്ന ശബ്ദം കേട്ടു. അമ്മയും ഉമ്മറത്തെ തിണ്ണയിൽ ഇരിക്കാൻ വരുന്നുണ്ടെന്ന് മനസ്സിലായി.

അച്ഛൻ കഥ പറയാൻ തുടങ്ങുമ്പോഴേക്കും ചേച്ചിയും വായന മതിയാക്കി കഥ കേൾക്കാനായി തിണ്ണയിൽ വന്നിരുന്നു. അപ്പോഴേക്കും റാന്തൽ വിളക്കിന്റെ ഗ്ലാസ്സ് തുടച്ച് അത് കത്തിച്ച് പിടിച്ച് അമ്മയും പുറത്തെ തിണ്ണയിൽ എത്തി.

പുറത്തിരിക്കുമ്പോൾ റാന്തൽ വിളക്കാണ് കത്തിച്ചുവയ്ക്കുന്നത്. ചെറിയ കാറ്റുവന്നാലും അത് അണയില്ല. വേനൽക്കാലത്ത് രാത്രിയിൽ റാന്തൽ വിളക്കിന്റെ വെളിച്ചത്തിൽ പുറത്തിരുന്നു പഠിക്കുന്നതാണ് അവനിഷ്ടം. മഴക്കാലത്തും. മഴ ഇല്ലെങ്കിൽ അച്ഛനും അമ്മയും പുറത്തിരുന്നാണ് വീട്ടുകാര്യങ്ങൾ സംസാരിക്കുന്നത്.

പുറത്തെ തിണ്ണയിലിരുന്നപ്പോൾ ആകാശത്ത് നിന്ന് ചന്ദ്രൻ ഉദിച്ചു വരുന്നത് മരങ്ങൾക്കിടയിലൂടെ കണ്ണന് കാണാമായിരുന്നു. അച്ഛനോടും അമ്മയോടും ഒപ്പം രാത്രിയിൽ പുറത്തിരുന്ന് ഓരോരോ കാര്യങ്ങൾ ചോദിക്കുന്നത് അവന് ഇഷ്ടമാണ്.

''ഇന്ന് വെളുത്ത വാവാണോ?''അമ്മ ചോദിച്ചു. ചന്ദ്രൻ ഉദിച്ചു വരുന്നത് കണ്ടിട്ടാണ് ചോദിച്ചതെന്ന് കണ്ണന് മനസ്സിലായി.

''നാളയാ വെളുത്ത വാവ്.'' അച്ഛൻ പറഞ്ഞു.

''എന്താ അച്ഛാ വെളുത്തവാവ്..?''കണ്ണൻ ചോദിച്ചു.

''സൂര്യൻ പടിഞ്ഞാറ് അസ്തമിക്കുന്ന അതേ സമയത്തുതന്നെ സൂര്യൻ ഉദിച്ചുവരുന്നതുപോലെ സന്ധ്യയ്ക്ക് കിഴക്കുനിന്ന് ചന്ദ്രൻ ഉദിച്ചുവരുന്ന ദിവസമാണ് വെളുത്ത വാവ്'' അമ്മയാണ് പറഞ്ഞത്.

അമ്മ പറഞ്ഞതു ശരിയാണോ എന്നറിയാൻ അവൻ അച്ഛന്റെ മുഖത്തേക്കു നോക്കി. അച്ഛൻ ഒന്നും പറയാതിരുന്നപ്പോൾ അത് ശരിയാണെന്ന് അവന് മനസ്സിലായി.

''അച്ഛാ, ദേവലോകത്തെ പശുവായ നന്ദിനിക്ക് കാമധേനു എന്നും പേരുണ്ടോ?'' ചേച്ചി ചോദിച്ചു.

''കാമധേനു എന്നു മാത്രമല്ല, സുരഭി എന്നും പേരുണ്ട്. പശുക്കളുടെ ആദി മാതാവാണ് കാമധേനു.'' അച്ഛൻ പറഞ്ഞു.

''ആദാമിൽനിന്നും ഹവ്വയിൽനിന്നും മനുഷ്യരുണ്ടായി എന്ന് ബൈബിളിൽ പറയുന്നില്ലേ, അതുപോലെ.'' അമ്മ പറഞ്ഞു.

''അച്ഛനെപ്പോലെ പുരാണ കഥകൾ അമ്മയ്ക്കും അറിയാമല്ലോ.'' ചേച്ചി ചിരിച്ചുകൊണ്ട് പറഞ്ഞു.

''അത് പുരാണകഥയല്ല, ബൈബിളിലെ കഥയാണ്.'' അമ്മ പറഞ്ഞു.

''ബ്രഹ്മാവാണ് എല്ലാവരേയും സൃഷ്ടിച്ചതെന്നാണ് പുരാണത്തിൽ പറയുന്നത്. ബ്രഹ്മാവിന്റെ പുത്രനായ മരീചി മഹർഷിയുടെ പുത്രൻ, കശ്യപൻ വിവാഹം കഴിച്ചത് ദക്ഷന്റെ പുത്രിമാരെയാണ്. അതിൽ ഒരാളുടെ പേരാണ് ക്രോധവശ.

''സുരഭി ദക്ഷന്റെ പുത്രിയാണെന്നും കശ്യപ മഹർഷിയുടെ ഭാര്യയാണെന്നും പുരാണത്തിൽ പറയുന്നുണ്ട്. സുരഭിക്ക് കശ്യപനിൽനിന്നും ഉണ്ടായ രണ്ടു പുത്രിമാരാണ് രോഹിണിയും ഗന്ധർവ്വിയും. ഭൂമിയിൽ കാണുന്ന എല്ലാ പശുക്കളും രോഹിണിയിൽ നിന്നാണ് ഉണ്ടായത്. ഗന്ധർവ്വിയിൽനിന്ന് കുതിരകളും ഉണ്ടായി...'' അച്ഛൻ പറഞ്ഞു.

അച്ഛൻ കൃത്യമായി പേരുകളെല്ലാം ഓർത്തു പറഞ്ഞപ്പോൾ അവൻ അത്ഭുതത്തോടെ അത് കേട്ടിരുന്നു. ഭാഗവതവും രാമായണവുമെല്ലാം വായിക്കുന്നതുകൊണ്ടാണ് ഇതെല്ലാം അറിയാൻ കഴിയുന്നതെന്ന് അവന് മനസ്സിലായി.

''സുരഭി ബ്രഹ്മാവിനെ തപസ്സുചെയ്ത് വരം വാങ്ങി ദേവിയായി എന്നാണ്, ടീച്ചറ് പറഞ്ഞത്.'' അച്ഛൻ പറഞ്ഞു തീരുന്നതിനു മുമ്പേ ചേച്ചി പറഞ്ഞു.

''അതും ശരിയാണ്. 'നിന്റെ ലോകമായ, ഗോലോകം സ്വർഗ്ഗത്തിനും പാതാളത്തിനും ഭൂമിക്കും മുകളിലായിരിക്കുമെന്നും എല്ലാവരും നിന്നെയും നിന്റെ വംശമായ പശുക്കളെയും എല്ലാ കാലത്തും പൂജിക്കുമെന്നും' ബ്രഹ്മാവാണ് സുരഭിയെ അനുഗ്രഹിച്ചത്. അതോടെയാണ് സുരഭി അത്ഭുതസിദ്ധിയുള്ള ദേവിയായി തീർന്നതെന്നും പുരാണത്തിൽ പറയുന്നുണ്ട്.'' അച്ഛൻ പറഞ്ഞു.

''വസിഷ്ഠ മഹർഷിയുടെ ആശ്രമത്തിൽ ഒരു കാമധേനു ഉണ്ടായിരുന്നില്ലേ? അപ്പോ ആ കാമധേനു?'' ചേച്ചി ചോദിച്ചു.

അത് കേട്ടപ്പോൾ ചേച്ചി ഇതൊക്കെ, എവിടുന്നു പഠിച്ചു എന്ന ഭാവത്തിലാണ് കണ്ണൻ ചേച്ചിയെ നോക്കിയത്. കമലാഭായിടീച്ചറാവും ഈ കഥകളൊക്കെ പറഞ്ഞുകൊടുത്തതെന്ന് കണ്ണൻ ഊഹിച്ചു.

''വസിഷ്ഠന്റെ ആശ്രമത്തിൽ മാത്രമല്ല, വരുണന്റെ യാഗശാലയിലും കാമധേനുവിനെ കാണാമെന്ന് പുരാണത്തിൽ പറയുന്നുണ്ട്.'' അച്ഛൻ എന്തോ ആലോചിച്ചതിനുശേഷമാണ് പറഞ്ഞത്.

''വസിഷ്ഠനിൽനിന്നും കാമധേനുവിനെ വരുണൻ വാങ്ങിക്കൊണ്ടുപോയതാവും'' കണ്ണൻ പറഞ്ഞു.

''അങ്ങനെ ആവണമെന്നില്ല. കാമധേനുവിന്റെ വംശത്തിൽനിന്ന് വേറേയും കാമധേനു ഉണ്ടാവാമല്ലോ. അതിനെ ദേവന്മാർ കൈവശപ്പെടുത്തിയിട്ടുണ്ടാവും.'' അച്ഛൻ പറഞ്ഞു.

അത് മനസ്സിലാകാത്ത ഭാവത്തിൽ കണ്ണൻ അമ്മയെയും ചേച്ചിയെയും മാറി മാറി നോക്കി.

''ദേവന്മാരും അസുരന്മാരും പാലാഴി കടഞ്ഞപ്പോൾ വിശേഷപ്പെട്ട പലതും ഉയർന്നു വന്നതായി പുരാണത്തിൽ പറയുന്നില്ലേ? അക്കൂട്ടത്തിൽ ഉയർന്നുവന്നതല്ലേ കാമധേനുവും?'' അമ്മയാണ് സംശയം പ്രകടിപ്പിച്ചത്.

''ചില പുരാണങ്ങളിൽ അങ്ങനെ പറയുന്നുണ്ട്. കാമധേനു ബ്രഹ്മാവിന്റെ മുഖത്തുനിന്ന് ഉണ്ടായി എന്നാണ് മഹാഭാരതം ആദിപർവ്വത്തിൽ പറയുന്നത്. മറ്റൊരു സന്ദർഭത്തിൽ പാലാഴിയിൽനിന്ന്

ഉയർന്നുവന്ന അമൃതം, ബ്രഹ്മാവ് ആർത്തിയോടെ കഴിച്ചപ്പോൾ ഛർദ്ദിച്ചെന്നും ഇതിൽനിന്ന് കാമധേനു ഉണ്ടായെന്നും പറയുന്നുണ്ട്.'' അച്ഛൻ പറഞ്ഞു.

''അതുകൊള്ളമല്ലോ. തിരക്കിട്ട് അമൃതം കഴിച്ച് ശർദ്ദിച്ചപ്പോ കാമധേനു എങ്ങനെയാ ഉണ്ടാവുക?'' അച്ഛൻ പറഞ്ഞതിൽ എന്തോ പിശകുണ്ട്, എന്ന മട്ടിൽ കണ്ണൻ ചിരിച്ചുകൊണ്ട് പറഞ്ഞു.

''വിശേഷപ്പെട്ട അമൃതായാലും കഴിക്കണ്ടത്, സാവകാശത്തിലാവണം. ഭക്ഷണം തിരക്കിട്ട് കഴിക്കുന്നത് നല്ലതല്ല എന്നല്ലേ ഈ കഥയിൽനിന്ന് മനസ്സിലാക്കേണ്ടത്.'' കണ്ണൻ പലപ്പോഴും തിടുക്കത്തിലാണ് ഭക്ഷണം കഴിക്കുന്നതെന്ന് അറിയാവുന്നതുകൊണ്ട് ചേച്ചി കണ്ണനെ നോക്കിയാണ് പറഞ്ഞത്.

''മോള് പറഞ്ഞത് ശരിയാണ്. എത്ര നല്ല ഭക്ഷണമാണെങ്കിലും ദേവന്മാരാണെങ്കിലും സാവകാശത്തിൽ ആവശ്യത്തിന് മാത്രമേ കഴിക്കാവൂ. അതും ഈ കഥയിൽനിന്ന് നമ്മൾ മനസ്സിലാക്കണം. കാമധേനു താമസിച്ചത്, രസാതലം എന്ന ലോകത്താണ്.'' അച്ഛൻ പറഞ്ഞു.

''അതെന്താ അച്ഛാ, രസാതലം..?''

''കണ്ണാ നിനക്ക് നന്ദിനിയെക്കുറിച്ചല്ലേ അറിയേണ്ടത്. നീ ആവശ്യമില്ലാത്തത് ചോദിക്കാതെ മിണ്ടാതിരിക്ക്.'' ചേച്ചി പറഞ്ഞു.

''ഇപ്പോ നന്ദിനിയുടെ കഥ പറയാം. നന്ദിനിയെ സംരക്ഷിച്ചത് വസിഷ്ഠൻ എന്നു പേരുള്ള ഒരു മുനിയായിരുന്നു.''

''അച്ഛാ, ഈ കാമധേനുവിനെയല്ലേ വസിഷ്ഠന്റെ ആശ്രമത്തിൽ നിന്ന് വിശ്വാമിത്രൻ മോഷ്ടിച്ചത്.'' ചേച്ചി ചോദിച്ചു.

''ചേച്ചി, ഒന്ന് മിണ്ടാതിരിക്ക്. അച്ഛൻ പറയട്ടെ.'' കണ്ണൻ ചേച്ചിയെ ദേഷ്യത്തോടെ നോക്കി.

''ലക്ഷ്മി പറഞ്ഞത് ശരിയാണ്. നന്ദിനിയെ വസിഷ്ഠമുനിയാണ് പരിപാലിച്ചിരുന്നത്. അങ്ങനെയും ചില കഥകളുണ്ട്.'' അച്ഛൻ പറഞ്ഞു.

''എങ്കിൽ ആ കഥ എനിക്കു പറഞ്ഞുതരുമോ അച്ഛാ?'' കണ്ണൻ സ്നേഹത്തോടെ അച്ഛനോട് ചോദിച്ചു.

''അത് പറയണമെങ്കിൽ വിശ്വാമിത്രന്റെ കഥ പറയണ്ടിവരും.'' അച്ഛൻ പറഞ്ഞു.

''നിനക്ക് നന്ദിനിയുടെ കഥയല്ലേ കണ്ണാ കേൾക്കേണ്ടത്.'' ചേച്ചി ദേഷ്യത്തോടാണ് പറഞ്ഞത്.

''അച്ഛൻ വിശ്വമിത്രന്റെ കഥ പറയട്ടെ മോളേ.'' അമ്മ കണ്ണന്റെ പക്ഷം ചേർന്നുകൊണ്ട് പറഞ്ഞു.

''വിശ്വാമിത്രൻ മുനി ആകുന്നതിന് മുമ്പ് രാജാവായിരുന്നു. അങ്ങനെ രാജാവായിരുന്ന കാലത്ത് അനുചരന്മാരോടൊപ്പം വേട്ട യാടാൻ പോയി. കാട്ടിൽ വേട്ടയാടാൻ പോയ വിശ്വാമിത്രൻ വിശന്നു വലഞ്ഞ് എത്തിച്ചേർന്നത് വസിഷ്ഠന്റെ ആശ്രമത്തിലായിരുന്നു. വിശ്വമിത്രനും അനുചരന്മാർക്കും പെട്ടെന്നുതന്നെ കാമധേനു വിന്റെ സഹായത്തോടെ വിഭവസമൃദ്ധമായി ഭക്ഷണം വസിഷ്ഠൻ നൽകി. ഇത്രവേഗം എങ്ങനെയാണ് സദ്യ ഒരുക്കിയതെന്ന് വിശ്വാ മിത്രൻ അത്ഭുതപ്പെട്ടു. കാമധേനുവിന്റെ അത്ഭുതസിദ്ധികൊണ്ടാണ് അതെന്ന് വസിഷ്ഠൻ പറഞ്ഞു. അപ്പോൾ വിശ്വാമിത്രന് കാമധേനു വിനെ കിട്ടിയാൽ നന്നായിരുന്നു എന്നു തോന്നി. കൊട്ടാരത്തിലേക്ക് മടങ്ങാൻ തുടങ്ങുമ്പോൾ കാമധേനുവിനെ തനിക്ക് നൽകണമെന്ന് വിശ്വാമിത്രൻ വസിഷ്ഠനോട് അപേക്ഷിച്ചു. പകരം ആയിരക്കണക്കിന് പശുക്കളെ നൽകാമെന്നും പറഞ്ഞു.

അതുകേട്ടപ്പോൾ വസിഷ്ഠന് വിശ്വമിത്രനോട് വെറുപ്പു തോന്നി. വസിഷ്ഠൻ അത് കേട്ടതായി ഭവിച്ചില്ലെന്ന് കണ്ടപ്പോഴേക്കും വിശ്വാ മിത്രന്റെ ഭാവം മാറി. രാജാവായ തന്റെ വാക്ക് കേൾക്കാതെ വസി ഷ്ഠൻ ചിരിച്ചുകൊണ്ടു നിന്നത് വിശ്വാമിത്രന് ഇഷ്ടപ്പെട്ടില്ല. വിശ്വാ മിത്രൻ നന്ദിനിയെ ബലം പ്രയോഗിച്ച് പിടിച്ചുകെട്ടി കൊണ്ടു പോകാൻ തന്നെ തീരുമാനിച്ചു. നന്ദിനിയെ പിടിക്കാനായി വിശ്വാ മിത്രന്റെ അനുചരന്മാർ അടുത്തേക്കു ചെന്നപ്പോൾ നന്ദിനി ഒരു സംഹാരരൂപിണിയായി മാറി. നന്ദിനിയുടെ ശരീരത്തിന്റെ വിവിധ ഭാഗങ്ങളിൽനിന്ന് പെട്ടെന്ന് യോദ്ധാക്കൾ ഉണ്ടായി. അവർ വിശ്വാ മിത്രനെ പരാജയപ്പെടുത്തി. നന്ദിനിയെ കൊണ്ടുപോകാൻ വിശ്വാ മിത്രന് കഴിഞ്ഞില്ല. ഇങ്ങനെയും ഒരു കഥ പുരാണത്തിലുണ്ട്.''

അത്താഴമുണ്ണേണ്ട സമയമായതുകൊണ്ട് അച്ഛൻ പെട്ടെന്ന് കഥ പറഞ്ഞ് അവസാനിപ്പിച്ചു. എങ്കിലും നന്ദിനി ആരാണെന്ന് കണ്ണന് മനസ്സിലായി. നന്ദിനി എന്ന പേര് നല്ലതാണെന്ന് കഥ കേട്ടപ്പോൾ അവനു തോന്നി.

''കറുമ്പിയുടെ കുട്ടിക്ക് നമുക്ക് നന്ദിനി എന്ന പേരുതന്നെ ഇടാം.'' കണ്ണൻ പറഞ്ഞു.

അത് അംഗീകരിച്ചതുപോലെ ആരും ഒന്നും പറഞ്ഞില്ല. അപ്പോൾ കണ്ണന് സന്തോഷമായി.

നന്ദിനി

'നന്ദിനീ' എന്നു വിളിച്ചുകൊണ്ട് രാവിലെ കണ്ണൻ പശുക്കുട്ടിയുടെ അടുത്തേക്കു ചെന്നു. മുറ്റത്തേക്ക് ചാടിയ പശുക്കുട്ടിയുടെ ദേഹത്ത് പതുക്കെ തടവിയപ്പോൾ കണ്ണന് ഇക്കിളിയായി. ചീപ്പുകൊണ്ട് ചീകുന്നതുപോലെ അവളുടെ ദേഹത്തെ രോമങ്ങൾ എഴുന്നു നിൽക്കുന്നത് കറുമ്പി നക്കി മിനുസപ്പെടുത്തിയതാണെന്ന് മനസ്സിലായി. നെറ്റിയിൽ തലോടിയപ്പോഴേക്കും അവൾ കുതറി ഓടി. എങ്കിലും അകലെ മാറി നിന്ന് നന്ദിനി കണ്ണനെ നോക്കി.

നന്ദിനിയും കണ്ണനും നല്ല സുഹൃത്തുക്കളാകാൻ കൂടുതൽ ദിവസം വേണ്ടിവന്നില്ല. രാവിലെ പാലുകുടിച്ചു കഴിഞ്ഞാൽ മുറ്റത്തേക്കിറങ്ങി പിൻകാലുകൾ ഇളക്കി അവൾ തുള്ളിച്ചാടാൻ തുടങ്ങി. ഒന്നു രണ്ടു ദിവസം കഴിഞ്ഞപ്പോൾ പറമ്പിന്റെ വടക്കെ അറ്റത്തുള്ള വേലിവരെ അതിവേഗത്തിൽ അവൾ ഓടാൻ തുടങ്ങി. വാൽ ഉയർത്തിയുള്ള ആ ഓട്ടം കാണാൻ ബഹുരസമാണ്.

തൊഴുത്തിൽനിന്ന് പുറത്തിറങ്ങിയാൽ മണ്ണ് നക്കി തിന്നുന്നതുകൊണ്ട് നന്ദിനിയുടെ വായ, മൂടത്തക്ക വിധത്തിൽ ഓലയിൽ മെടഞ്ഞ ഒരു കവചം പാലുകുടിച്ചു കഴിയുമ്പോൾ അച്ഛൻ കഴുത്തിൽ കെട്ടി വച്ചു. അത് നിലത്തുരച്ച് നീക്കിക്കളയാൻ നന്ദിനി പലവട്ടം ശ്രമിക്കുന്നത് കണ്ണൻ കണ്ടു.

അമ്മ കിണറ്റിൽനിന്ന് വെള്ളംകോരി പാത്രങ്ങൾ നിറയ്ക്കുമ്പോൾ കണ്ണൻ അമ്മയുടെ അടുത്തേക്കുചെന്നു. അടുക്കളയിലേക്ക് ആവശ്യമുള്ള വെള്ളം രാവലെതന്നെ അമ്മ കോരിവയ്ക്കും. ചിലപ്പോൾ ചേച്ചിയും അമ്മയെ സഹായിക്കും.

''കറുമ്പി പ്രസവിച്ചിട്ട് അഞ്ചുദിവസം കഴിഞ്ഞിട്ടും എന്താ അമ്മേ പാല് കറക്കാത്തത്?'' കറുമ്പി പ്രസവിച്ചാൽ പാലും തൈരും തരാമെന്ന് അമ്മ പറഞ്ഞത് ഓർത്തിട്ടാണ് കണ്ണൻ ചോദിച്ചത്.

''അതേ, പശു പ്രസവിച്ചാൽ ആദ്യത്തെ ഒരാഴ്ച കറക്കാൻ പാടില്ല. ആ പാല് പശുക്കുട്ടിക്ക് മാത്രം ഉള്ളതാ. ഒരാഴ്ച കഴിഞ്ഞാൽ അച്ഛൻ കറുമ്പിയെ കറക്കും. അപ്പോ പാലും തൈരും ഒക്കെ നമുക്ക് ഉണ്ടാക്കാം.'' വെള്ളം കോരിക്കൊണ്ട് അമ്മ സന്തോഷത്തോട് പറഞ്ഞു.

വലിയ അലുമിനിയം പാത്രത്തിലെ വെള്ളം അമ്മ അടുക്കളയിലേക്ക് കൊണ്ടുപോയപ്പോൾ, കണ്ണൻ ചെറിയ പാത്രത്തിലെ വെള്ളമെടുത്താണ് അടുക്കളയിലേക്ക് കൊണ്ടുപോയി അമ്മയെ സഹായിച്ചു. അടുക്കളപ്പണിയിൽ ചേച്ചിയാണ് അമ്മയെ സഹായിക്കുക.

ഒരാഴ്ചയ്ക്കുശേഷം രാവിലെ മൊന്തയും വലിയ ചെമ്പുഗ്ലാസ്സുമെടുത്ത് കറുമ്പിയുടെ അടുത്തേക്കു അച്ഛൻ പോകുന്നത് കണ്ടപ്പോൾ കണ്ണന് സന്തോഷമായി. കറുമ്പിയെ കറക്കുന്നത് കാണാൻ കണ്ണനും തൊഴുത്തിനടുത്തേക്കുപോയി.

നന്ദിനി ആഹ്ലാദിച്ച് പാലു കുടിച്ചുകൊണ്ടിരിക്കുമ്പോൾ പെട്ടെന്ന് പാലു കുടിക്കാൻ അനുവദിക്കാതെ നന്ദിനിയെ അച്ഛൻ പിടിച്ചു വലിച്ച് കറമ്പിയുടെ മുന്നിൽ ചേർത്തു കെട്ടി. കുട്ടി മുല കുടിക്കുമ്പോഴാണ് പശു പാല് ചുരത്തുന്നതെന്നും അകിടിൽനിന്നും മുലകളിലേക്ക് കൂടുതൽ പാല് എത്തുമ്പോഴാണ് കുട്ടി വാലാട്ടി സന്തോഷം പ്രകടിപ്പിക്കുന്നതെന്നും രണ്ടുദിവസം മുമ്പ് അച്ഛൻ അവന് പറഞ്ഞു കൊടുത്തിരുന്നു. കറക്കാനായി കറുമ്പിയുടെ അടുത്തേക്കു ചെന്നു മുല കഴുകാൻ തുടങ്ങിയപ്പോൾ കറക്കാൻ അനുവദിക്കാതെ കറുമ്പി കാലുകൊണ്ട് അച്ഛനെ തൊഴിച്ചു.

''സ്നേഹിച്ച് വളർത്തിയിട്ട് കറക്കാൻ തമ്മതിക്കില്ലെന്നു വച്ചാൽ...''

കറക്കാൻ അനുവദിക്കാതെ തൊഴിച്ചപ്പോൾ അച്ഛൻ, ഉച്ചത്തിൽ ദേഷ്യപ്പെട്ടുകൊണ്ട് അച്ഛൻ കറുമ്പിയുടെ മുതുകത്ത് കൈകൊണ്ട് ആഞ്ഞ് ഒരടി കൊടുത്തു. അതു കണ്ടപ്പോൾ കണ്ണന് സങ്കടം വന്നു. കറുമ്പി കറക്കാൻ മെട്* കാട്ടുമെന്ന് തീരെ പ്രതീക്ഷിക്കാതുകൊണ്ടാണ് അച്ഛന് ദേഷ്യം വന്നതെന്ന് കണ്ണന് മനസ്സിലായി. അച്ഛൻ ദേഷ്യപ്പെടുന്നത് ആരോടാണെന്നറിയാതെ അടുക്കളയിൽനിന്ന് അമ്മ അപ്പോഴേക്കും കളപ്പുരയിലിലേക്ക് വന്നു.

''ആദ്യത്തെ കറവയല്ലേ ചിലപ്പോൾ അതിന് ഇക്കിളിയാകും.'' അമ്മ പറഞ്ഞു.

''അതിന്റെ ഇക്കിളി ഞാൻ മാറ്റും.'' അച്ഛൻ ദേഷ്യത്തോടെ പറഞ്ഞു.

---

* വികൃതി

അച്ഛൻ എന്താണ് ചെയ്യുന്നതെന്ന് കണ്ണൻ സൂക്ഷിച്ചു നോക്കി. കറുമ്പിയുടെ ഒരുകാല് തൊഴുത്തിന്റെ തൂണിൽ കയറുകൊണ്ട് അച്ഛൻ വലിച്ചുകെട്ടി. കാലു കെട്ടിക്കഴിഞ്ഞപ്പോൾ കറുമ്പിക്ക് അച്ഛനെ തൊഴിക്കാനായില്ല. പാലു കറക്കാനിരുന്നാൽ അനങ്ങാൻ പാടില്ലെന്ന് കറുമ്പിയെ അച്ഛൻ പഠിപ്പിക്കുകയാണെന്ന് കണ്ണന് മനസ്സിലായി.

അകിട് നന്നായി കഴുകിത്തുടച്ച്, കിണ്ണത്തിൽ കരുതിയ വെളിച്ചെണ്ണ മുലയിൽ പുരട്ടി, തള്ളവിരലും ചൂണ്ടുവിരലുംകൊണ്ട് മുല വലിച്ചു കറക്കുന്നത് അവൻ നോക്കിനിന്നു. വലിയ ഓട്ടുമൊന്ത അകലേക്ക് മാറ്റിവച്ച് വലിയ ചെമ്പുഗ്ലാസ്സ് ഇടതുകൈയിലും വലതുകൈയിലും മാറി മാറിപ്പിടിച്ചാണ് അച്ഛൻ കറന്നത്. പാല് ഗ്ലാസ്സിലേക്ക് ശക്തിയിൽ വീഴുമ്പോഴുണ്ടാകുന്ന ശ്രൂ...ശ്രൂ എന്ന ശബ്ദം മുറ്റത്തു നിൽക്കുമ്പോഴും കണ്ണൻ കേട്ടു. അച്ഛൻ കറക്കാൻ തുടങ്ങിയപ്പോൾ അമ്മ അടുക്കളയിലേക്കു പോയി.

''കറുമ്പീ...'' ശുണ്ഠി പിടിച്ച് പശു തലയാട്ടിയപ്പോൾ അച്ഛൻ ദേഷ്യത്തോടെ വിളിച്ചു.

അച്ഛന്റെ വിളി കേട്ടപ്പോൾ അനങ്ങാൻ പാടില്ലെന്ന് അവൾക്ക് മനസ്സിലായതുപോലെ പിന്നീട് കറുമ്പി അനങ്ങിയില്ല.

നിലം ഉഴുതുന്ന കാളകൾക്കും അച്ഛന്റെ ഭാഷ നന്നായിട്ടറിയാം. അച്ഛൻ പറയുന്നതുപോലെ കണ്ണൻ പറഞ്ഞാൽ കാളകൾ അത് കേട്ടതായി ഭാവിക്കാറില്ല. അച്ഛൻ പറയുന്നതു മാത്രമേ കാളകൾ അനുസരിക്കുകയുള്ളൂ എന്ന് അവന് മനസ്സിലായി.

അച്ഛൻ കറക്കുന്നതും നോക്കി കണ്ണൻ കളപ്പുരയിലിൽത്തന്നെ നിന്നു. കറക്കുമ്പോൾ അടുത്തുപോയി നോക്കിനിൽക്കാൻ അനുവദിക്കാത്തതിനാൽ അല്പം അകലെ മാറിനിന്നാണ് കണ്ണൻ കണ്ടത്. നന്ദിനിയെ കറുമ്പി അപ്പോൾ നക്കിക്കൊണ്ടിരുന്നു. മകൾക്ക് കുടിക്കാനുള്ള പാല് കറന്നെടുക്കുമ്പോൾ കറുമ്പി തന്റെ കുട്ടിയെ ആശ്വസിപ്പിക്കുകയാവും എന്നാണ് അതു കണ്ടപ്പോൾ കണ്ണന് തോന്നിയത്. ചീർപ്പെടുത്ത് തലമുടി ചീകുന്നതുപോലെ നന്ദിനിയുടെ ദേഹത്ത് നക്കിയ പാട് അവൻ കണ്ടു.

പാലുമായി എഴുന്നേറ്റശേഷമാണ് നന്ദിനിയെ അഴിച്ചുവിട്ടത്. അവൾ ഉത്സാഹത്തോടെ അകിടിൽമുട്ടി പാല് കുടിക്കുന്നത് അവൻ നോക്കിനിന്നു. മുറ്റത്തേക്കിറങ്ങിയപ്പോൾ അച്ഛൻ വിയർത്തൊലിച്ചിരുന്നു. പശുവിനെ കറക്കുന്നത് പ്രയാസമുള്ള കാര്യമാണെന്ന് അവനു മനസ്സിലായി.

''വിചാരിച്ചതുപോലെ പാലില്ല.'' അമ്മയുടെ കൈയിലേക്ക് പാൽപാത്രം കൊടുത്തുകൊണ്ടു അച്ഛൻ പറഞ്ഞു.

പാലുമായി അച്ഛൻ അടുക്കളയിൽ എത്തിയപ്പോഴേക്കും കണ്ണനും അടുക്കളയിൽ എത്തിയിരുന്നു. അമ്മ മൊന്തയിൽനിന്ന് വേറൊരു പാത്രത്തിലേക്ക് പാല് അളന്നൊഴിച്ചു.

''ഉള്ള പാലെല്ലാം ഊറ്റിക്കറന്നിട്ടില്ലല്ലോ?'' അമ്മ ചോദിച്ചു.

''ഏയ്, ഇല്ല. ക്ടാവിന് രണ്ടു മൂന്നാഴ്ച പാലുകൊടുക്കണം. അല്ലെങ്കിൽ കുട്ടിയുടെ വളർച്ച മുരടിക്കും.'' അച്ഛൻ പറഞ്ഞു.

''നന്ദിനി കറുമ്പിയുടെ അകിടിൽ തലകൊണ്ട് മുട്ടുന്നത് ഞാൻ കണ്ടു. അത് പാലു കിട്ടാഞ്ഞിട്ടല്ലേ അമ്മേ?'' കണ്ണൻ ചോദിച്ചു.

അമ്മ ചിരിച്ചതല്ലാതെ ഒന്നും പറഞ്ഞില്ല.

''കണ്ണന് ചായ ആണോ വേണ്ടത്? അതോ പാലുംവെള്ളമോ?'' പാല് കാച്ചുന്നത് നോക്കിനിൽക്കുമ്പോൾ അമ്മ ചോദിച്ചു.

''പാലുംവെള്ളം മതി. എന്നാണമ്മേ മോരുണ്ടാക്കുന്നത്?'' കണ്ണൻ ചോദിച്ചു.

''രണ്ടുമൂന്നു ദിവസംകൂടി കഴിയട്ടെ.'' അമ്മ പറഞ്ഞു.

പാല് കുടിച്ചു കഴിഞ്ഞപ്പോൾ കണ്ണൻ നന്ദിനിയെ കാണാൻ തൊഴുത്തിനടുത്തേക്കു പോയി. നന്ദിനിക്ക് കുടിക്കേണ്ട പാലാണ് താൻ കുടിച്ചതെന്ന് കണ്ണന് തോന്നി. സ്കൂളിൽ പോകുന്നതുവരെ കണ്ണൻ നന്ദിനിയുടെ ഓരോരോ ചേഷ്ടകൾ നോക്കി അതിന്റെ പിന്നിൽത്തന്നെകൂടി. നന്ദിനിയുടെ ദേഹത്ത് തൊടുമ്പോഴേക്കും അവൾ കുതറി ഓടി.

* * * * * *

ഒരു ദിവസം രാവിലെ ചായ കുടി കഴിഞ്ഞ് അച്ഛൻ പറമ്പിൽ ഏതോ പണിയിൽ ഏർപ്പെട്ടിരിക്കുമ്പോഴാണ് വല്യാമ്മാമ വീട്ടിലേക്ക് വന്നത്. വല്യമ്മാമയെ കണ്ടതും അച്ഛൻ പണി മതിയാക്കി മുറ്റത്തേക്കു വന്നു.

''പാടത്തു വരുന്നവഴിക്ക് ഇവിടെന്നു കേറാമെന്നു കരുതി. പശു പ്രസവിച്ചു എന്നു കേട്ടല്ലോ. പാലുള്ള കൂട്ടത്തിലാണോ ഗോവിന്ദാ?'' വല്യമ്മാമ ചോദിച്ചു.

''നാടൻ പശുവല്ലേ, മൂന്നാലു ഗ്ലാസ്സ് പാലു കിട്ടുന്നുണ്ട്. അമ്മാവൻ കയറി ഇരിക്കൂ.'' അച്ഛൻ വല്യമ്മാമയെ അകത്തേക്കു ക്ഷണിച്ചു.

അപ്പോഴേയ്ക്കും നന്ദിനി തുള്ളിച്ചാടിക്കൊണ്ട് മുറ്റത്തുവന്നു നിന്നു. കണ്ണൻ അതിനെ പിടിക്കാൻ നോക്കി.

''പൊട്ടന്റെ കാളയുടെ കുട്ടിയല്ലേ? അത് ഇനത്തിലെ കാളയാ. കണ്ടിട്ട് കുത്തിവെപ്പിച്ച കുട്ടിയുടെ ലക്ഷണമുണ്ട്. പശുക്കുട്ടി ആയത്

നിന്റെ ഭാഗ്യം.'' അമ്മാവൻ മുറ്റത്തു തുള്ളിച്ചാടിയ കുട്ടിയെ നോക്കിക്കൊണ്ട് പറഞ്ഞു.

അമ്മാവൻ കൃത്യമായി കാര്യങ്ങളെല്ലാം അറിഞ്ഞത് എങ്ങനെയാണെന്ന് കണ്ണന് മനസ്സിലായില്ല. അതെല്ലാം കേട്ടതല്ലാതെ അച്ഛൻ മറുപടിയൊന്നും പറഞ്ഞില്ല.

''കറുപ്പുനിറമുള്ള പശുവിന്റെ പാലിന് മറ്റു പശുക്കളുടെ പാലിനേക്കാൾ ഗുണമുണ്ടെന്ന് കേട്ടിട്ടുണ്ട്.'' വല്യമ്മാമ ചിരിച്ചുകൊണ്ട് പറഞ്ഞു.

അച്ഛൻ ചിരിച്ചു. പശു കറുത്തതാണെങ്കിലും വെളുത്തതാണെങ്കിലും പാലിന് ഗുണവ്യത്യാസം ഉണ്ടാവില്ലെന്നാണ് അവൻ കരുതിയത്. വല്യമ്മാമ അങ്ങനെ പറഞ്ഞത് കറുമ്പിയുടെ പാലിനുവേണ്ടിയാവുമെന്ന് കണ്ണൻ സംശയിച്ചു.

''പാടത്ത് പണിക്കാര് ഇപ്പോ വരും. ഞാൻ ഇറങ്ങ്ണൂ.'' അമ്മാവൻ വളഞ്ഞ ചൂരൽപ്പിടിയുള്ള ശീലക്കുട നിവർത്തി മുറ്റത്തുനിന്നും ഇടവഴിയിലേക്കിറങ്ങി. ചെറിയ വെയിലത്തും അമ്മാവൻ കുട നിവർത്തിയാണ് പുറത്തിറങ്ങുന്നത്. കുടയുടെ തുണി വല്യമ്മാമന്റെ മുടിപോലെ നരച്ചത് കണ്ണൻ കണ്ടു.

പിറ്റേദിവസം പശുവിനെ കറന്നപ്പോൾ, ഒരു ചെറിയ തൂക്കുപാത്രത്തിൽ ഒരു ഗ്ലാസ്സ് പാല് വല്യമ്മാമന്റെ വീട്ടിൽ കൊണ്ടുകൊടുക്കാൻ അമ്മ ചേച്ചിയെ ഏൽപിച്ചു. അപ്പോൾ തലേദിവസം വല്യമ്മാമ പറഞ്ഞ കാര്യം കണ്ണൻ ഓർത്തു.

''കറുത്ത പശുവിന്റെ പാലിന് ഗുണം കൂടുതലുണ്ടോ അമ്മാ?'' അവൻ ചോദിച്ചു.

''ഒരു പുതിയ കണ്ടുപിടിത്തം.'' ചേച്ചി കണ്ണനെ കളിയാക്കി ചിരിച്ചുകൊണ്ട് പറഞ്ഞു. അതു കേട്ട് അമ്മയും ചിരിച്ചു.

''ഇന്നലെ വല്യമ്മാമ അച്ഛനോട് പറയുന്നത് ഞാൻ കേട്ടതാ..'' കണ്ണൻ പറഞ്ഞു.

''അതേ നിന്റെ വല്യമ്മാമയ്ക്ക് ഇവിടുന്ന് പാലു കിട്ടണം. അതിനു വേണ്ടി പറഞ്ഞതാ.'' അവൻ ചിന്തിച്ചതാണ് അമ്മയും പറഞ്ഞത്.

''ചേച്ചിയോടൊപ്പം ഞാനും കൂടി പോവാം.'' കണ്ണൻ പറഞ്ഞു.

''ഒരു ഗ്ലാസ്സ് പാലുമായി രണ്ടുപേരുംകൂടി പോവണ്ട. എങ്കില് നീ കൊണ്ടുകൊടുത്തോ.'' ചേച്ചി പറഞ്ഞു.

''നിനക്ക് കൊണ്ടുകൊടുക്കാൻ പറ്റുമോ?'' അമ്മ സംശയത്തോടെ ചോദിച്ചു.

കണ്ണൻ ചിരിച്ചുകൊണ്ട് തലയാട്ടി. വല്യമ്മാവന്റെ വീട് അരക്കിലോമീറ്റർ അകലെയാണെങ്കിലും നാലഞ്ച് പറമ്പുകൾകടന്ന് കുറുക്കുവഴിയിലൂടെ പെട്ടെന്ന് വീട്ടിലെത്താം. അവിടെച്ചെന്നാൽ എന്തെങ്കിലും കഴിക്കാൻ വല്യമ്മായി നൽകും. അതുകൊണ്ട് അവിടെ പോകുന്നത് കണ്ണന് ഇഷ്ടമാണ്.

''നിന്റെ ആ വള്ളിനിക്കറ് മാറ്റി സ്കൂളിലിടുന്ന നിക്കറ് ഇട്ടു പോയാൽ മതി...'' ചേച്ചി പറഞ്ഞു.

വള്ളിനിക്കറ് മാറ്റി, സ്കൂളിൽ ഇടുന്ന നിക്കറുമിട്ട് കണ്ണൻ അമ്മയുടെ കൈയിൽനിന്നും തൂക്കുപാത്രത്തിലാക്കിയ പാലുമായി വല്യമ്മാമന്റെ വിട്ടീലേക്ക് പോകാനിറങ്ങുമ്പോൾ ചേച്ചി കണ്ണന്റെ ചെവിയിൽ ഒരു സ്വകാര്യം പറഞ്ഞു.

''എന്താ കണ്ണാ അവള് അടക്കം പറഞ്ഞത്?'' അമ്മ ചോദിച്ചു.

''വല്യമ്മാവന്റെ വീട്ടിലെ പുളിമരത്തിന്റെ ചുവട്ടിൽ വീണുകിടക്കുന്ന പുളി പറക്കിക്കോണ്ടു വരണമെന്ന്.'' കണ്ണൻ ചിരിച്ചുകൊണ്ട് പറഞ്ഞു.

പാലുമായി വല്യമ്മാമന്റെ വീട്ടിലെ പടി കയറിയപ്പോൾ അവിടെ അന്ന് പലഹാരത്തിന് ദോശ ആയിരിക്കണമേ എന്നാണ് കണ്ണൻ മനസ്സിൽ പ്രാർത്ഥിച്ചത്. അവിടുന്ന് ദോശ കഴിക്കുമ്പോഴൊക്കെ അവിടുത്തെ ദോശയ്ക്കും ചട്നിക്ക് വീട്ടിലുണ്ടാക്കുന്നതിനേക്കാൾ കൂടുതൽ സ്വാദുണ്ടെന്ന് അവന് തോന്നിയിട്ടുണ്ട്.

പത്തായപ്പുര

പടിപ്പുര കയറിയതും തെങ്ങുകയറ്റക്കാരൻ രാമനെയാണ് ആദ്യം കണ്ടത്. അയാൾ മൂർച്ചയുള്ള അരിവാളുമായി പറമ്പിലേക്കു പോകുമ്പോൾ കണ്ണനെ നോക്കി ചിരിച്ചു. അയാൾക്ക് സ്ത്രീകളുടെ ശബ്ദമാണ്. സ്ത്രീകളുടെ ശബ്ദം കൃത്രിമമായി ഉണ്ടാക്കുന്നതാവും എന്നാണ് കണ്ണൻ ആദ്യം കരുതിയത്. വല്യമ്മാമയോടു സംസാരിക്കുമ്പോഴാണ് അയാളുടെ ശബ്ദം അങ്ങനെതന്നെ ആണെന്ന് മനസ്സിലായത്.

വല്യാമ്മയുടെ വീട്ടിൽ എപ്പോഴും നാലഞ്ചു പണിക്കാരുണ്ടാവും. കൊയ്ത്തായാൽ അവിടം ഒരു കല്യാണവീടുപോലെ ബഹളമാണ്. വൈക്കോൽ ഉണക്കാനും നെല്ലുണക്കാനും നെല്ലുകുത്താനുമൊക്കെ വേലക്കാരുണ്ടാവും.

കണ്ണൻ പാൽപാത്രവുമായി അടുക്കളയുടെ ഭാഗത്തേക്കു ചെന്നപ്പോൾ അവനെ കണ്ടുകൊണ്ട് വല്യമ്മായി പുറത്തേക്കുവന്നതും കണ്ണൻ പാൽപാത്രം അവരുടെ നേരെ നീട്ടി.

''പാലാവും അല്ലേ? ഇവിടെ പശുവിനെ കറക്കാനുണ്ടല്ലോ. പിന്നെ എന്തിനാ പാലു കൊണ്ടുവന്നത്? പാല് വേണ്ടന്ന് അച്ഛനോട് പറയണം.'' വല്യാമ്മായി ചിരിച്ച മുഖവുമായി പാത്രം വാങ്ങുമ്പോൾ സ്നേഹത്തോടെ പറഞ്ഞു.

കണ്ണൻ അതുകേട്ട് ഒന്നും പറഞ്ഞില്ല.

''കാപ്പി ആയിട്ടില്ല. കാപ്പിയൊക്കെ കഴിച്ചിട്ട് പതുക്കെ പോകാം. എന്താ?'' ദേഹത്തു തട്ടിക്കൊണ്ട് വല്യമ്മായി പറഞ്ഞു.

രാവിലെ പലഹാരത്തോടൊപ്പം ചായ കുടിക്കുന്നതിന് 'കാപ്പി കുടിക്കുക' എന്നു പറയുന്നത് എന്തിനെന്ന് കണ്ണന് മനസ്സിലായില്ല. വീട്ടിലും അങ്ങനെയാണ് പറയുന്നത്. അടുക്കളയിൽനിന്ന് ദോശയുടെ മണം വന്നില്ല. പുട്ടാണെങ്കിൽ അതിനോടൊപ്പം ചെറുപയറു പുഴുങ്ങിയതിൽ തേങ്ങയിട്ടത് കണ്ണന് ഇഷ്ടമാണ്. കാപ്പിക്ക് പലഹാരം

എന്തായിരിക്കും എന്ന് ആലോചിച്ചുകൊണ്ട് അടുക്കളയുടെ വടക്കുവശത്തുള്ള വരാന്തയുടെ തിണ്ണയിലിരുന്നു. അവിടെ ഇരുന്നാലും മുൻവശത്തെ പടിപ്പുരയിലൂടെ കയറി വരുന്നവരെ കാണാം. വീടും പരിസരവും ശ്രദ്ധയോടെ നോക്കി.

വിശാലമായ മുറ്റവും കിഴക്കുവശത്തെ വലിയ കളപ്പുരയും കണ്ണൻ അവിടെയിരുന്നു നോക്കി. കളപ്പുരയിൽ നാലു കാളകളെയും നാലഞ്ചു പശുക്കളെയും കെട്ടാനുള്ള ഇടമുണ്ട്. കളപ്പുരയുടെ നെടുനീളത്തിലുള്ള വലിയ വരാന്തയിലാണ് പത്തുപറനിലത്തിൽനിന്നു ചിങ്ങത്തിൽ കൊയ്യുന്ന കതിർക്കറ്റ, അട്ടിയിട്ട് വയ്ക്കുന്നതും ചവിട്ടി മെതിക്കുന്നതും. എന്നാൽ മകരത്തിൽ മഴ ഇല്ലാത്തതിനാൽ മുറ്റത്താണ് കറ്റ മെതിക്കുന്നതും മറ്റും. വയ്ക്കോലും നെല്ലും കൂടുതൽ കിട്ടുന്നതും മകരത്തിലാണെന്ന് അച്ഛൻ പറഞ്ഞ് കണ്ണനറിയാം.

തറവാട് ഭാഗംവച്ചപ്പോൾ അച്ഛന്റെ തറവാട്ടിലെ മറ്റുള്ളവരുടെ സ്വത്തെല്ലാം വല്യമ്മാമയാണ് വാങ്ങിയതെന്ന് അച്ഛൻ ഒരിക്കൽ അമ്മയോടു പറഞ്ഞത് കണ്ണൻ കേട്ടിട്ടുണ്ട്. പ്രധാന വീടിന്റെ തെക്കുവശത്തു, തെക്കിനി എന്നും പത്തായപ്പുര എന്നും വിളിക്കുന്ന രണ്ടു മുറിയും വലിയ വരാന്തയുമുള്ള ആ വീടിന്റെ ഭാഗത്തേക്ക് കണ്ണൻ കണ്ണോടിച്ചു. അവിടെയാണ് വലിയ രണ്ടു പത്തായങ്ങൾ ഉള്ളതെന്ന് കണ്ണനറിയാം.

'നാല് അറകളുള്ള രണ്ടു പത്തായത്തിൽ നൂറു കുട്ട നെല്ല് കൊള്ളും. ചെറിയ അറകളിൽ വിവിധ ഇനത്തിൽ പെട്ട വിത്തുകളാണ് സൂക്ഷിക്കുന്നത്. വലിയ അറകളിലെ നെല്ല് തീരാറായാൽ അതിനകത്ത് കുട്ടികളെ ഇറക്കിയാണ് നെല്ല് വാരുന്നത്. അത്ര വലിപ്പം ആ പത്തായങ്ങൾക്കുണ്ട്.' ചേച്ചി പറഞ്ഞതൊക്കെയാണ് അപ്പോൾ കണ്ണൻ ഓർത്തത്. കണ്ണൻ തെക്കിനിയിലേക്കു നോക്കിനിന്നു.

''കണ്ണൻ അകത്തേക്കു വരൂ...'' വല്യമ്മായി കണ്ണനെ വിളിച്ചപ്പോഴാണ് അവൻ ആലോചനയിൽനിന്ന് ഉണർന്നത്.

''ഉപ്പുമാവാ. ഇന്നലെ അരി അരയ്ക്കാൻ ആരേയും കിട്ടിയില്ല. ഉപ്പുമാവ് ഇഷ്ടമല്ലേ?'' വല്യമ്മായി ചോദിച്ചു.

അവൻ ഒന്നും പറഞ്ഞില്ല. പൊടിയരികൊണ്ടുള്ള ഉപ്പുമാവ് കണ്ണന് അത്ര ഇഷ്ടമല്ല. എങ്കിലും കഴിച്ചപ്പോൾ വീട്ടിൽ ഉണ്ടാക്കുന്ന ഉപ്പുമാവിനേക്കാൾ രുചി തോന്നി. ഉപ്പുമാവ് കഴിച്ചു കഴിഞ്ഞപ്പോൾ വല്യമ്മായി പാലുകൊണ്ടുവന്ന പാത്രം കണ്ണനെ ഏൽപിച്ചു.

''സൂക്ഷിച്ച് പിടിക്കണേ. കുറച്ച് കഞ്ഞിക്കുള്ള പൊടി അരിയാ. ഇവിടുത്തെ പൊടിയരി ഗോവന്ദന് വലിയ ഇഷ്ടാ...'' വല്യമ്മായി പറഞ്ഞു.

പടിപ്പുര കടന്നപ്പോഴാണ് ചേച്ചി പറഞ്ഞ കാര്യം അവൻ ഓർത്തത്. വടക്കുവശത്തെ പുളിമരത്തിന്റെ ചുവട്ടിലേക്ക് നടന്നപ്പോൾ തന്നെ ആരെങ്കിലും ശ്രദ്ധിക്കുന്നുണ്ടോ എന്ന് കണ്ണൻ നോക്കി. പുളിമരത്തിന്റെ ചുവട് അരിച്ചു പെറുക്കി നോക്കിയിട്ടും നാലഞ്ചു പുളിങ്ങ മാത്രമേ കിട്ടിയുള്ളൂ.

അച്ഛൻ രാവിലത്തെ ജോലി മതിയാക്കി വരാന്തയിൽ കഞ്ഞി കുടിക്കാൻ ഇരിക്കുന്നതു കണ്ടപ്പോൾ താൻ വീട്ടിലെത്താൻ വൈകിയ കാര്യം കണ്ണന് മനസ്സിലായി.

''പാത്രത്തിൽ എന്തോ ഉണ്ടല്ലോ?'' അച്ഛൻ ചിരിച്ച മുഖത്തോടെ ചോദിച്ചു.

അമ്മയുടെ കൈയിൽ പാത്രം കൊടുത്തപ്പോൾ അമ്മ പാത്രം തുറന്ന് അച്ഛനെ കാണിച്ചു. അതുകണ്ടപ്പോൾ അച്ഛന്റെ മുഖത്തെ സന്തോഷം കണ്ണൻ ശ്രദ്ധിച്ചു.

പാടത്ത് പണിയില്ലെങ്കിൽ പറമ്പിൽ എന്തെങ്കിലും പണി അച്ഛനുണ്ടാവും. കൂലിക്ക് ആളെ വിളിച്ചാൽ അവർ എത്തുമ്പോഴേക്കും അച്ഛന്റെ അന്നത്തെ പണി ഏതാണ്ട് പകുതിയായിട്ടുണ്ടാവും. പത്തുമണിക്ക് കഞ്ഞിയും കപ്പ പുഴുക്കോ കാച്ചിൽപുഴുക്കോ അല്ലെങ്കിൽ കോരിക്കൂട്ടാൻ എന്തെങ്കിലുമോ ഉണ്ടാവും.

''എന്താ അവിടുന്ന് കഴിച്ചത്?'' അച്ഛൻ ചോദിച്ചു.

''ഉപ്പുമാവ്.'' അവൻ പറഞ്ഞു.

''കഞ്ഞിവേണ്ടേ..?'' അമ്മ കൊണ്ടുവച്ച കഞ്ഞിയും കൂട്ടാനും കഴിക്കാൻ തുടങ്ങിയപ്പോൾ അച്ഛൻ ചോദിച്ചു.

പഴുത്തപ്ലാവില കുമ്പിളിൽ അച്ഛൻ കഞ്ഞി കോരി കുടിക്കുന്നതു കണ്ടപ്പോൾ വിശപ്പില്ലെങ്കിലും അല്പം കഞ്ഞി കുടിക്കാനായി അമ്മ കോട്ടിവച്ച കുഞ്ഞിപ്ലാവില എടുത്ത് അവനും അച്ഛന്റെ അടുത്തിരുന്നു.

''ഒരു തവി കഞ്ഞി മതി.'' അമ്മ കണ്ണന്റെ പാത്രത്തിലേക്ക് കഞ്ഞി വിളമ്പിയപ്പോൾ അവൻ പറഞ്ഞു.

കഞ്ഞിവിളമ്പുന്ന വലിയ ചിരട്ടത്തവിയിൽ വലിയ ചെമ്പുഗ്ലാസ്സിൽ കൊള്ളുന്നതിലേറെ കഞ്ഞി കൊള്ളും. പല വലിപ്പത്തിലുള്ള എട്ടുപത്തു തവികളിൽ ഏറ്റവും വലിപ്പമുള്ള ചിരട്ടത്തവിയിലാണ് കഞ്ഞി വിളമ്പുന്നത്. തവികൾ തൂക്കിടുന്നതിന് കുറെ ഓട്ടയുള്ള വീതിയുള്ള പലകയുണ്ട്. അത് അടുക്കളയുടെ കഴുക്കോലിൽ കെട്ടിത്തൂക്കി ഇട്ടിട്ടുണ്ടാവും. കൂട്ടാൻ വിളമ്പാൻ ചെറിയ തവിയും ചോറു വിളമ്പാൻ പരന്ന വലിയ തവിയുമുണ്ട്. മീൻകറി വിളമ്പുന്ന തവികൊണ്ട് അതു മാത്രമേ വിളമ്പൂ. അതുപോലെ ഓരോന്നു വിളമ്പാനും ഓരോ തവിയുണ്ട്. അതിന്റെ ആകൃതിക്കും വ്യത്യാസമുണ്ട്.

''പാല് കൊടുക്കാനുണ്ടാവുമോ എന്ന് ചായപ്പീടികയിലെ നാരായണൻ ചോദിച്ചു. രണ്ടാഴ്ച കഴിഞ്ഞിട്ട് പറയാമെന്നാ ഞാൻ പറഞ്ഞത്.'' അച്ഛൻ കഞ്ഞി കുടിച്ചുകൊണ്ടിരിക്കുമ്പോൾ അമ്മയോട് പറഞ്ഞു.

''അടുത്തുള്ള വീടുകളിലുള്ളവര് പാലു ചോദിച്ചു വരുമ്പോ കടയിൽ കൊടുക്കുന്നത് ശരിയാണോ?'' അമ്മ ചോദിച്ചു.

അച്ഛൻ ഒന്നും പറഞ്ഞില്ല. അമ്മ പറഞ്ഞത് അച്ഛൻ അംഗീകരിച്ചതായാണ് കണ്ണന് തോന്നിയത്.

രണ്ടുദിവസം കഴിഞ്ഞപ്പോൾ വീട്ടിനടുത്തുള്ള രണ്ടുമൂന്നുപേർ രാവിലെ പാലുവാങ്ങാനെത്തി. രണ്ടുമൂന്നുഗ്ലാസ്സ് പാല് കൊടുത്താൽ തീറ്റ വാങ്ങാനും അത്യാവശ്യം പലവ്യഞ്ജനം വാങ്ങാനുമുള്ള പൈസ കിട്ടുമെന്ന് അമ്മ അച്ഛനോട് രണ്ടുദിവസം മുമ്പ് പറഞ്ഞത് അവരെ കണ്ടപ്പോൾ കണ്ണന് ഓർമ്മ വന്നു.

''കറവയുള്ള പശു വീട്ടിലുണ്ടെങ്കിൽ അതൊരു ഐശ്വര്യം തന്നാ...'' പാലു വാങ്ങാൻ വന്ന സരസ്വതി ചേച്ചി അമ്മയോട് പറഞ്ഞത് കണ്ണൻ കേട്ടു.

പശുവിനെ കറന്ന് തൊഴുത്തിൽനിന്നിറങ്ങിയപ്പോൾ പാലിന്റെ വെളുത്ത പത പാത്രത്തിന് മുകളിലേക്ക് ഉയർന്നുനിൽക്കുന്നതു കണ്ണൻ കണ്ടു. അതു കാണാൻ നല്ല ചന്തമാണ്. പാലുവാങ്ങാൻ വന്നവർക്ക് മുറ്റത്തുവച്ചുതന്നെ വെള്ളം ചേർക്കാതെ, അളവിൽ കൂടുതൽ പാൽ കൊടുത്തത് അവൻ ശ്രദ്ധിച്ചു.

വർഗ്ഗീസ് മാപ്പിള വാഴക്കുലയും തലയിലേറ്റി വീട്ടിലേക്കു കയറി വരുന്നത് കണ്ണൻ കണ്ടു. രാവിലെതന്നെ അയാൾ കയറിവന്നത് എന്തിനെന്ന് കണ്ണന് മനസ്സിലായില്ല. അച്ഛൻ പാൽപാത്രം അമ്മയെ ഏല്പിച്ച് അയാളുടെ അടുത്തേക്കു ചെന്നു.

''താഴത്തെ മൂവാണ്ടൻ മാവില് അവിടെയും ഇവിടെയും കുറച്ച് മാങ്ങയുണ്ട്. വെറുതെ കാക്കയ്ക്കും കിളിക്കും കൊടുത്തിട്ട് എന്താ കാര്യം?'' വർഗ്ഗീസ് മാപ്പിള, തലയിലിരുന്ന വാഴക്കുല മുറ്റത്തെ തിണ്ണയിലേക്ക് ചാരിവച്ച ശേഷം അച്ഛനോട് പറഞ്ഞു.

''അത് കാക്കയ്ക്കും കിളിക്കുമുള്ളതാ വർഗ്ഗീസേ.'' അച്ഛൻ പറഞ്ഞു.

''പത്തിരുപത് റുപ്പ്യക്കുള്ള വക ഉണ്ടെന്നു തോന്നുന്നു.'' അയാൾ പറഞ്ഞു.

''അന്ന് പറിച്ചതല്ലേ. ഇനി വേണ്ട. ഉള്ളത് പഴുത്ത് വീഴട്ടെ.'' അച്ഛൻ ഉറപ്പിച്ചു പറഞ്ഞു.

അച്ഛൻ ഒന്നു പറഞ്ഞുകഴിഞ്ഞാൽ പിന്നെ അതിൽ ഉറച്ചുനിൽക്കുമെന്ന് അറിയാവുന്നതുകൊണ്ട് അയാൾ അതേക്കുറിച്ച് ഒന്നും പറഞ്ഞില്ല. അച്ഛൻ കറുമ്പിയെ അഴിച്ച് പുറത്തെ തെങ്ങിൽ കെട്ടുമ്പോൾ അയാൾ അതിനെ ശ്രദ്ധിക്കുന്നത് കണ്ണൻ കണ്ടു. അമ്മ വലിയ ചെമ്പുചരുവം തെങ്ങിനടുത്ത് കൊണ്ടുവച്ചപ്പോൾ കിണറ്റിലെ വെള്ളത്തിൽ കുളിപ്പിക്കാനാണെന്ന് അവന് മനസ്സിലായി.

''ഈ തിന്നുമുടിക്കുന്ന കൂട്ടത്തിനെ വിറ്റ് കൂടുതൽ പാലു കിട്ടുന്ന നല്ലൊരു ജേഴ്സിപ്പശുവിനെ വാങ്ങിക്കൂടെ ഗോവിന്ദേട്ടാ? പശുവിനെ വാങ്ങാൻ സർക്കാരിന്ന് ധനസഹായവും കിട്ടും.''

വീട്ടിലെ കൃഷിസാധനങ്ങളെല്ലാം വാങ്ങുന്നത് വർഗ്ഗീസ് മാപ്പളയാണ്. അയാൾ പണക്കാരനായത് കൃഷിക്കാരുടെ വീട്ടിൽ പോയി കുറഞ്ഞ വിലയ്ക്ക് സാധനങ്ങൾ വാങ്ങി ഇരട്ടിവിലയ്ക്ക് ചന്തയിൽ കൊണ്ടുപോയി വിൽക്കുന്നതുകൊണ്ടാണെന്ന് സരസ്വതി ചേച്ചി അമ്മയോട് പറഞ്ഞത് കണ്ണൻ കേട്ടിട്ടുണ്ട്. അതുകൊണ്ട് അയാളെ കണ്ണന് അത്ര ഇഷ്ടമല്ല.

''ഇനത്തിലെ പശുക്കളുടെ പാലിന് നാടൻ പശുവിന്റെ പാലിന്റെ ഗുണമുണ്ടാവില്ല വർഗ്ഗീസേ. വീട്ടിലെ അത്യാവശ്യത്തിന് ഇത്തിരി പാലുവേണമെന്നല്ലാതെ പാലുവിറ്റ് സമ്പാദിക്കാനൊന്നും ഉദ്ദേശിച്ചിട്ടില്ല. രണ്ടുമൂന്നുഗ്ലാസ്സ് പാല് കൊടുക്കുന്നതുതന്നെ പിണ്ണാക്കുവാങ്ങാനുള്ള പൈസ കിട്ടുമെന്നു കരുതിയാ.'' അച്ഛൻ പറഞ്ഞു.

''മൃഗമാണെങ്കിലും കറുമ്പി ഇപ്പോ വീട്ടിലെ ഒരംഗം തന്നെയാ. അപ്പോ എങ്ങനാ അതിനെ വിൽക്കാൻ കഴിയാ?'' അമ്മ പറഞ്ഞു.

''വിൽക്കണ്ട. ഒരു ജേഴ്സി പശുവിനെക്കൂടി വാങ്ങിക്കോളൂ, ഞാൻ തരാം.'' അയാൾ പറഞ്ഞു.

''ഇനത്തിലെ പശുവിന് നാടൻ പശുവിന് കൊടുക്കുന്ന തീറ്റയൊന്നും പോരല്ലോ. മാത്രമല്ല, അതിനെ ഇടയ്ക്കിടെ മൃഗഡോക്ടറെ കാണിക്കാനൊക്കെ കൊണ്ടുപോകണ്ടേ. ഇതൊക്കെ മതിന്ന്.'' അച്ഛൻ പറഞ്ഞു.

''ഇതുവഴി പോയപ്പോ ഒന്നു കേറിയെന്നേയുള്ളൂ. വിളഞ്ഞ വാഴക്കുല ഒന്നുമില്ലല്ലോ?'' അയാൾ തിണ്ണയിൽ ചാരിവച്ച വാഴക്കുല എടുത്ത് തലയിൽ വച്ചുകൊണ്ടു ചോദിച്ചു.

''എന്നേക്കാൾ ഈ പറമ്പിലെ വാഴക്കുലയുടെ വിളവ് അറിയുന്നത് വർഗ്ഗീസിനല്ലേ?'' അച്ഛൻ പറഞ്ഞു.

''വർഗ്ഗീസേട്ടന്റെ വീട്ടിലെ പശുവിനെ വിൽക്കാൻ തീരുമാനിച്ചോ?'' അമ്മ ചോദിച്ചു.

''നല്ല വില കിട്ടിയാൽ വിൽക്കും.''

അയാൾ കൂടുതലൊന്നും പറയാതെ ഇടവഴിയിലേക്കിറങ്ങി. വർഗ്ഗീസ്മാപ്പിളയുടെ ഉദ്യോഗസ്ഥയായ മരുമകൾക്ക് മൂത്രത്തി ന്റേയും ചാണകത്തിന്റേയും ഗന്ധം പറ്റില്ലെന്നു പറഞ്ഞ് പശുവിനെ വിൽക്കാൻ മകൻ നിർബ്ബന്ധിക്കുന്നകാര്യം രണ്ടുദിവസം മുമ്പ് വെറ്റില ചോദിച്ചുവന്ന വർഗ്ഗീസ്സേട്ടന്റെ ഭാര്യ മേരിച്ചേച്ചി, അമ്മയോട് സങ്കട ത്തോടെ പറഞ്ഞത് കണ്ണൻ കേട്ടിരുന്നു. വീട്ടിലെ ആർക്കും പശുവിന്റെ ചാണകത്തിന്റേയും മൂത്രത്തിന്റേയും ഗന്ധം ദുർഗന്ധമായി അനു ഭവപ്പെട്ടില്ല.

''ജേഴ്സിപശുവിന്റെ പാല് അയാള് ചുറ്റുവട്ടമുള്ളവർക്കൊന്നും കൊടുക്കാതെ സൊസൈറ്റിയിൽ കൊടുക്കുന്നത് ചായപ്പീടികക്കാര് വാങ്ങാത്തതുകൊണ്ടാണെന്നാ മേരിച്ചേച്ചി പറഞ്ഞത്.'' അമ്മ കിണ റ്റിൽനിന്നു കോരിയ വെള്ളം ചരുവത്തിലേക്ക് ഒഴുക്കുമ്പോൾ പറഞ്ഞു.

''ഇനത്തിലെ പശുവിന്റെ പാലിന് കൊഴുപ്പ് കുറവാ. വെള്ളംകൂടി ചേർത്താ പിന്നെ പറേണ്ടല്ലോ. വിൽക്കാൻ പോണുന്നു പറഞ്ഞത് ശരിയാ?'' അച്ഛൻ പറുമ്പിയുടെ ദേഹത്ത് കപ്പിൽ വെള്ളമെടുത്ത് ഒഴിക്കുമ്പോൾ ചോദിച്ചു.

''അയാള് വിൽക്കുകയോ വാങ്ങുകയോ എന്തെങ്കിലും ചെയ്യട്ടെ. നമുക്കെന്താ. ജേഴ്സിപ്പശുവിനെ വാങ്ങാൻ ഇവിടെ പണം കെട്ടി വച്ചിട്ടില്ലല്ലോ? പിന്നെ, അയാള് കഴിഞ്ഞതവണ കൊണ്ടുപോയ തേങ്ങയുടെ പൈസ തന്നിട്ടില്ലല്ലോ?'' അമ്മ ചോദിച്ചു.

''കൊപ്രയ്ക്ക് വില ഇടിഞ്ഞതുകൊണ്ട് കൊപ്ര കൊടുത്തിട്ടില്ലെന്ന് പറഞ്ഞിരുന്നു.'' അച്ഛൻ പറഞ്ഞു.

''എന്നാലേ, നമ്മള് കഷ്ടപ്പെട്ട് കൃഷിചെയ്തുണ്ടാക്കുന്ന പാക്കും തേങ്ങയും വാഴക്കുലയും ഒന്നും ഇനി അയാൾക്ക് കൊടുക്കണ്ട. നമുക്ക് തരുന്നതിന്റെ ഇരട്ടിവിലയ്ക്കാ അയാള് വിൽക്കുന്നതെന്നാ എല്ലാരും പറയുന്നത്. ആ ചെല്ലപ്പന് കൊടുത്താ ഇതിലും ഭേദമാ...'' അമ്മ പറഞ്ഞു.

അച്ഛൻ ഒന്നും പറഞ്ഞില്ല. സരസ്വതിചേച്ചി അമ്മയോട് കുറച്ചു ദിവസം മുമ്പ് പറഞ്ഞത് അവന് ഓർമ്മവന്നു. 'രാപകലില്ലാതെ കഷ്ടപ്പെട്ട് കൃഷിചെയ്തുണ്ടാക്കിയാൽ അതു വാങ്ങി മേലങ്ങാതെ കച്ചവടം നടത്തുന്നവരാ പണം ഉണ്ടാക്കുന്നത്.' സരസ്വതി ചേച്ചിക്ക് അയാളോട് എന്തോ ദേഷ്യമുണ്ടെന്ന് അവന് തോന്നി.

'ഇവിടുള്ള ആളോട് അതൊന്നും പറഞ്ഞിട്ട് കാര്യമില്ല.' പാരമ്പ ര്യമായി നിലനിന്നതൊന്നും മാറ്റാൻ കൂട്ടിക്കാത്തതിലുള്ള ദേഷ്യം അമ്മയും പ്രകടിപ്പിച്ചിരുന്നു. അവരുടെ സംസാരം കേൾക്കാത്തമട്ടിൽ

എല്ലാം കേട്ടുകൊണ്ട് പുസ്തകം തുറന്ന് വായിക്കുന്ന മട്ടിലാണ് അവൻ ഇരുന്നത്. സരസ്വതിചേച്ചി പറഞ്ഞത് ശരിയാണെന്ന് കണ്ണനും തോന്നി. അക്കാര്യം അച്ഛനോട് പറയണമെന്ന് അവൻ തീരുമാനിച്ചിരുന്നു.

'ഇനത്തിലെ പശു' എന്നു പറഞ്ഞപ്പോൾ ആ പശു എങ്ങനെ ഉള്ളതായിരിക്കുമെന്ന് കണ്ണന് മനസ്സിലായില്ല.

''ചേച്ചീ, ഈ ഇനത്തില് പശു എന്നു പറഞ്ഞാ എന്താ...?'' അപ്പോൾത്തന്നെ അവൻ ചേച്ചിയോട് ചോദിച്ചു.

''അൻപതും അറുപതും ഗ്ലാസ്സ് പാല് ഒരു ദിവസം കിട്ടുന്ന പശുക്കൾ വിദേശ രാജ്യങ്ങളിലുണ്ട്. അത്തരം പശുക്കളെയാണ് ഇനത്തിലെ പശുവെന്ന് പറയുന്നത്.'' ചേച്ചി പറഞ്ഞു.

അതിന് നാലു മുലയിൽ കൂടുതലുണ്ടാവുമോ എന്ന് അവൻ സംശയിച്ചു. അത്തരം ഒരു പശു വർഗ്ഗീസ് മാപ്പിളയുടെ വീട്ടിലുണ്ടെന്നു മനസ്സിലായപ്പോൾ എപ്പോഴെങ്കിലും അവിടെപ്പോയി അതിനെ കാണണമെന്ന് അവൻ തീരുമാനിച്ചു. അപ്പോഴും അൻപതുഗ്ലാസ്സ് പാല് കിട്ടുമെന്നു പറഞ്ഞത് ശരിയായിരിക്കില്ല എന്ന് കണ്ണനു തോന്നി.

* * * * * *

രണ്ടാഴ്ച കഴിഞ്ഞപ്പോൾ ഉപ്പിട്ട കഞ്ഞിവെള്ളം കുട്ടികൾക്ക് പാലു കൊടുക്കുന്നതുപോലെ കുപ്പിയിലാക്കി നിപ്പിളിട്ട് അച്ഛൻ നന്ദിനിക്ക് കുടിക്കാൻ കൊടുത്തു. നന്ദിനി അത് വലിച്ചുകുടിക്കുന്നത് കണ്ണൻ നോക്കിനിന്നു.

കുറച്ചു ദിവസം കഴിഞ്ഞപ്പോൾ പാത്രത്തിൽ വച്ചുകൊടുത്ത പിണ്ണാക്കുവെള്ളം നന്ദിനി തനിച്ച് കുടിച്ചു. വൈകുന്നേരവും കറുമ്പിയെ കറക്കാൻ തുടങ്ങിയപ്പോഴാണ് പാല് കാച്ചി ഉറയൊഴിച്ച് അമ്മ തൈരും മോരും വെണ്ണയും ഉണ്ടാക്കാൻ തുടങ്ങിയത്.

വീട്ടിനടുത്തുള്ള ചിലർ മോരു വാങ്ങാനും വീട്ടിൽ വന്നു. അവരുടെ കൈയിൽനിന്ന് അമ്മ പൈസ വാങ്ങിയില്ല. വീട്ടിൽ ഉച്ചയ്ക്ക് ആരെങ്കിലും വന്നാൽ അവർക്ക് മോരുംവെള്ളം അമ്മ കൊടുക്കുന്നതും കണ്ണൻ കണ്ടു.

സ്കൂളില്ലാത്ത പല ദിവസവും വല്യമ്മാവന്റെ വീട്ടിലേക്ക് മോരുമായി അമ്മ ചേച്ചിയെ പറഞ്ഞയച്ചിരുന്നു.

പെട്ടിപ്പീടിക

അടുക്കളയിൽനിന്ന് തൈരു കടയുന്ന ശബ്ദം കേട്ടാണ് കണ്ണൻ രാവിലെ എഴുന്നേറ്റത്. സ്കൂളില്ലാത്ത ദിവസം അച്ഛൻ രാവിലെ വിളിച്ചുണർത്താറില്ല. പാല്, തൈരും മോരും ആയിട്ട് മാറുന്നത് എങ്ങനെയാണെന്ന് അവന് മനസ്സിലാക്കി.

അമ്മ നിലത്തിരുന്ന് മൺകലത്തിലെ തൈര് തടികൊണ്ടുണ്ടാക്കിയ കടകോൽ കലത്തിൽ തട്ടാതെ കടയുന്നത് കണ്ണൻ നോക്കി നിന്നു. തൈര് കടയുമ്പോൾ ഉണ്ടാകുന്ന പത, വെണ്ണയായി മാറുന്നതെങ്ങനെയെന്ന് അമ്മ അവന് കാണിച്ചുകൊടുത്തു. അമ്മ കാണാതെ ഒരു ദിവസം കലത്തിൽ കൈയിട്ട് പത തൊട്ട് നാവിൽ വച്ചു.

* * * * * *

''പാലിൽനിന്ന് വെണ്ണയും നെയ്യും ഉണ്ടാക്കുന്നതെന്ന് എനിക്കറിയാം.'' സ്കൂളിലേക്കു പോകുമ്പോൾ മധുവിനോട് താൻ ഒരു വലിയ കണ്ടുപിടുത്തം നടത്തിയ മട്ടിൽ ചേച്ചി കേൾക്കാതെ പതുക്കെ പറഞ്ഞു.

''ആടിന്റെ പാലുകൊണ്ട് തൈരും മോരും ഉണ്ടാക്കുമോ? ഒരു ആടിനെ വാങ്ങുമെന്ന് അമ്മ പറഞ്ഞിട്ടുണ്ട്.'' മധു പറഞ്ഞു.

''ഉണ്ടാക്കാം. പക്ഷേ, അതിന് പശുവിന്റെ പാലിന്റെ അത്ര രുചി ഉണ്ടാവില്ലെന്നാ അമ്മ പറഞ്ഞത്.'' കണ്ണൻ പറഞ്ഞു.

''എങ്ങനാ വെണ്ണയുണ്ടാക്കുന്നത്?'' മധു ചോദിച്ചു.

''പാല് വെള്ളം ചേർക്കാതെ തിളപ്പിച്ച് തണുക്കുമ്പോൾ ഒരു ഭരണിയിൽ ഒഴിച്ച് അതിൽ കുറച്ച് മോരോ തൈരോ ഒഴിച്ച് നന്നായി ഇളക്കണം. ഒരു ഗ്ലാസ്സ് പാലിന് ഒരു ഒരു ചെറിയ തവി മോരോ തൈരോ ഒഴിക്കണമെന്നാ അമ്മ പറഞ്ഞത്. ഒരു ദിവസംകൊണ്ട് പാല് തൈരാകും. ആ തൈര് ഒരു കലത്തിൽ ഒഴിച്ച് കുറച്ച് വെള്ളം

ചേർത്ത് കടകോലുകൊണ്ട് കടയും. കടയാനും എനിക്കും ചേച്ചിക്കും അറിയാം. കടയുമ്പോ കലത്തില് കുറെ പത ഉണ്ടാവും.'' തൈരും വെണ്ണയും ഉണ്ടാകുന്ന കഥ, കണ്ണൻ വിശദമായിട്ടാണ് മധുവിനോട് പറഞ്ഞത്.

''എത്ര നേരം കടയണം?'' മധു ചോദിച്ചു.

''കുറെനേരം കടയണം. അപ്പോ കലത്തിലെ തൈരിന്റെ മുകളിൽ പത വരും. ആ പതയാ വെണ്ണയാവുന്നത്. അത് പ്ലാവിലയിൽ കോരിയെടുത്ത് വെള്ളമുള്ള പാത്രത്തിലേക്കൊഴിക്കും. എന്നിട്ട് കൈകൊണ്ട് ഉരുട്ടിയെടുക്കും. അതാ വെണ്ണ. തിന്നാൻ നല്ല രസാ. അത് ഇരുമ്പുചട്ടിയിലിട്ട് ചൂടാക്കുമ്പോ ഉരുകി വെളിച്ചണ്ണപോലെ ആകും. അതാ നെയ്യ്. അത് ആറിയിട്ട് തുണിയിൽ അരിച്ചെടുത്ത് ഭരണിയിൽ സൂക്ഷിച്ചു വച്ചാൽ ഒരു വർഷം ആയാലും കേടാവില്ലെന്നാ അമ്മ പറഞ്ഞത്. തൈര് കടഞ്ഞ് വെണ്ണയെടുത്തു കഴിഞ്ഞാൽ പിന്നെ അത് തൈരല്ല, മോരാ.'' കണ്ണൻ പറഞ്ഞു.

''പാലിനേക്കാൾ ഗുണം തൈരിനാണെന്നാ സാവിത്രി ടീച്ചർ പറഞ്ഞിട്ടുണ്ട്.'' മധു പറഞ്ഞു.

''തൈരും മോരും വെണ്ണയും നെയ്യും എന്തെന്ന് ഇപ്പോ മനസ്സിലായില്ലേ?''

കണ്ണൻ ടീച്ചറെപ്പൊലെയാണ് മധുവിനോട് ചോദിച്ചത്. വെണ്ണ ഉരുക്കി അരിച്ചെടുത്ത് ചെറിയ ഭരണിയിലാക്കി അമ്മ സൂക്ഷിച്ചു വയ്ക്കുന്നത് കണ്ണൻ കണ്ടിട്ടുണ്ട്.

''നീ വെണ്ണ തിന്നിട്ടുണ്ടോ?'' മധു ചോദിച്ചു.

''വെണ്ണ, അമ്മ എനിക്ക് തന്നിട്ടുണ്ട്.'' കണ്ണൻ പറഞ്ഞു.

അവർ സംസാരിച്ചുകൊണ്ട് ഇടവഴിയിൽനിന്ന് റോഡിലേക്ക് കയറിയപ്പോൾ അവരെ കാത്ത് ബാലൻ അവിടെ നിൽക്കുന്നുണ്ടായിരുന്നു. അവന്റെ വീട്ടിലെ നായും അവന് തുണയായി അടുത്തു തന്നെ ഉണ്ട്. അത് ആരേയും കടിക്കില്ല. പരിചയമില്ലാത്തവരെ കണ്ടാൽ കുരച്ച് ബഹളം കൂട്ടും. നായയെ കണ്ടപ്പോൾ അവരുടെ സംസാരവിഷയം പെട്ടെന്ന് നായിലേക്ക് മാറി.

''നായ, ബാലന് കൂട്ടു വന്നതാണോ?'' മധു ചോദിച്ചു.

ബാലൻ നായയെ വീട്ടിലേക്ക് ഓടിച്ചു. കണ്ണൻ തിരിഞ്ഞു നോക്കിയപ്പോൾ നായ ബാലൻ പോകുന്നതും നോക്കി തിരിഞ്ഞു നിൽക്കുന്നതു കണ്ടു.

''വീട്ടിൽനിന്ന് ആര് പുറത്തിറങ്ങിയാലും യാത്രയാക്കാൻ കൈസറും ഒപ്പം ഉണ്ടാവും.'' ബാലൻ പറഞ്ഞു.

പല കഥകളും പറഞ്ഞുകൊണ്ടാണ് അവർ സ്കൂളിലേക്ക് നടന്നത്. ചേച്ചിയുടെയും കൂട്ടുകാരികളുടെയും ഉച്ചത്തിലുള്ള ചിരി കേട്ടപ്പോൾ കണ്ണൻ തിരിഞ്ഞുനോക്കി. അവർ സംസാരിക്കുന്നത് പിന്നാലെവരുന്ന ചേച്ചിയും കൂട്ടുകാരികളും കേൾക്കണ്ടെന്നു കരുതി കണ്ണനും കൂട്ടുകാരും അവരുടെ നടത്തത്തിന് വേഗത കൂട്ടി.

സ്കൂളിനടുത്ത് എത്തിയപ്പോൾ ബാലൻ പോക്കറ്റിൽനിന്ന് അഞ്ചു പൈസ എടുത്ത് മധുവിനെ കാണിച്ചിട്ട് ചെല്ലപ്പന്റെ പീടികയിലേക്ക് ഓടി. അവൻ എന്താണ് വാങ്ങുന്നത് എന്നറിയാൻ മധു അവന്റെ പിന്നാലെ ഓടി. കണ്ണൻ അവർ വരുന്നതും കാത്ത് റോഡിൽത്തന്നെ നിന്നു. ചെല്ലപ്പനെ കടയുടെ മുന്നിൽ കണ്ടെങ്കിലും മുൻവശത്തെ തട്ടി ഉയർത്താത്തതിനാൽ കട തുറന്നിട്ടുണ്ടോ എന്ന് കാണാൻ കഴിഞ്ഞില്ല.

സ്കൂളിന് എതിർവശത്തുള്ള പറമ്പിന്റെ മൂലയിലാണ് ചെല്ലപ്പന്റെ പീടിക. മരംകൊണ്ടുണ്ടാക്കിയ പീടികയുടെ നാലു കാലുകൾ പറമ്പിലാണ് ഉറപ്പിച്ചിട്ടുള്ളതെങ്കിലും മുൻവശത്തെ തട്ടി റോഡിലേക്കിറങ്ങിയാണ് നിന്നത്. പീടിക കണ്ടാൽ ഓലമേഞ്ഞ ഒരു ചെറിയ കുടിലാണെന്ന് തോന്നും. പീടികയുടെ ഉള്ളിൽ ഒരാൾക്ക് നിവർന്നു നിൽക്കാനുള്ള ഉയരമില്ല. ഏതാണ്ട് നാലടി നീളവും നാലടി വീതിയും ഉണ്ടാവും. പീടിക അടച്ചാൽ എറുമ്പിനുപോലും അകത്തുകടക്കാൻ പ്രയാസമുള്ള വിധത്തിലാണ് പ്ലാവിന്റെ പലകയിൽതീർത്ത പീടികയുടെ നാലു വശങ്ങളും മുകൾഭാഗവും കീഴ്ഭാഗവും പണിഞ്ഞിട്ടുള്ളത്. മുൻവശത്തെ പലകകൾ മാത്രമാണ് ഊരിയെടുക്കാനും വീണ്ടും ഇടാനും കഴിയുന്നത്. മറ്റു വശങ്ങളെല്ലാം ബലമായി ഉറപ്പിച്ചിട്ടുണ്ട്. പീടിക അടയ്ക്കുമ്പോൾ ഇരുമ്പുകമ്പി അകത്തും പുറത്തും ഇട്ട് പൂട്ടുന്നത് കണ്ണൻ കണ്ടിട്ടുണ്ട്.

സ്കൂളിനടുത്തുള്ള പ്രധാന ജംങ്ഷനിലെ കച്ചവടക്കാരനായ കസാലിയുടെ പറമ്പിലാണ് ആഴ്ചയിൽ രണ്ടുദിവസം ചന്തയുള്ളത്. അത് ചൊവ്വയും വെള്ളിയുമാണ്. ആ ദിവസങ്ങളിൽ ചെല്ലപ്പൻ ചിലപ്പോൾ കട തുറക്കാൻ വൈകും. മറ്റു ദിവസങ്ങളിൽ എട്ടുമണി ആകുമ്പോഴേക്കും അയാൾ കട തുറക്കും.

''എന്താ ഇവിടെ നിൽക്കുന്നത്?'' കഞ്ഞി അപ്പൂപ്പൻ പാലും ചോളവും വയ്ക്കാനുള്ള വെള്ളം കോരിക്കൊണ്ട് വരുമ്പോൾ കണ്ണനോടു ചോദിച്ചു.

സ്കൂളിലെ കഞ്ഞി അപ്പൂപ്പനാണ് ആദ്യം സ്കൂളിൽ വരുന്നത്. സ്കൂളിലെത്തിയാൽ പോറ്റിസാറിന്റെ വീട്ടിൽനിന്നും കുടത്തിൽ വെള്ളം കൊണ്ടുവന്ന് വലിയ ഇരുമ്പുചട്ടി നിറയ്ക്കും. സ്കൂളിലെ കിണറ്റിനടിയിൽ പാറ ആയതുകൊണ്ട് മഴക്കാലം കഴിയുമ്പോൾ

വെള്ളം വറ്റും. കുടിക്കാനുള്ള വെള്ളത്തിനായി കുട്ടികളെല്ലാം അടുത്തുള്ള വീടുകളിലേക്കാണ് പോകുന്നത്.

കഞ്ഞി അപ്പൂപ്പനോട് അവൻ ഒന്നും പറഞ്ഞില്ല. ചെല്ലപ്പൻ തട്ടി ഉയർത്തിയപ്പോഴാണ് അയാൾ കടതുറന്നിട്ടില്ലെന്ന് മനസ്സിലായത്. ചുറ്റുപാടും അടിച്ച് വൃത്തിയാക്കിയല്ലേ അയാൾ കട തുറക്കൂ. മധുവും ബാലനും അവിടെത്തന്നെ നിന്നപ്പോൾ കണ്ണനും അവരുടെ അടുത്തേക്കുപോയി.

പീടികയുടെ പലക ഓരോന്നായി എടുത്തുമാറ്റി ചെല്ലപ്പൻ കട തുറക്കുന്നത് കണ്ണൻ നോക്കിനിന്നു. ഒരടി വീതിയും ഏതാണ്ട് അഞ്ചടി ഉയരവുമുള്ള മുൻവശത്തെ പലകകൾ ഓരോന്നായി എടുത്തു മാറ്റിയശേഷം പീടികയ്ക്കുള്ളിൽനിന്ന് വലിയ കുപ്പി ഭരണികളിലാക്കിയ മിഠായികളും ബിസ്ക്കറ്റും കടലയും അണ്ടിപ്പരിപ്പും ഓരോന്നായി പുറത്തെ മരപ്പലകകൊണ്ടുണ്ടാക്കിയ മേശപോലെയുള്ള തട്ടിയിൽ എടുത്തു വച്ചു. നാരങ്ങാവെള്ളവും മോരുംവെള്ളവും ചൂളയ്ക്കിടാതെ പഴുത്ത പല ഇനത്തിലുള്ള പഴങ്ങളും ചെല്ലപ്പന്റെ പീടികയിൽ എപ്പോഴും ഉണ്ടാവും. പഴുത്ത വാഴക്കുലകൾ റോഡിലൂടെ പോകുന്നവർക്ക് കാണാൻ കഴിയുംവിധം അതെടുത്ത് പുറത്തെ തട്ടിയിൽ കെട്ടിത്തൂക്കും. നാട്ടിൽ ഉണ്ടാകുന്ന എല്ലാത്തരത്തിലുള്ള വാഴപ്പഴവും ചെല്ലപ്പന്റെ കടയിൽ ഉണ്ടാവും.അതെല്ലാം ചന്തയിൽ നിന്നും വീടുകളിൽ പോയും വാങ്ങുന്നതാണ്.

കട തുറന്നാൽ ചെല്ലപ്പൻ തിരക്കിലാണ്. ആരും സാധനങ്ങൾ വാങ്ങാനില്ലാത്ത നേരത്ത് അയാൾ ബീഡി തെറുക്കുന്ന പണിയിലാവും. ചെല്ലപ്പൻ തെറുക്കുന്ന ബീഡിക്ക് ആവശ്യക്കാർ ഏറെയാണ്.

‘‘എന്താ വേണ്ടത്?’’ ചെല്ലപ്പൻ ചോദിച്ചു.

‘‘കപ്പലണ്ടി...’’ ബാലൻ അവന്റെ കൈയിലിരുന്ന അഞ്ചുപൈസ കാണിച്ചുകൊണ്ടു പറഞ്ഞു.

‘‘കൈനീട്ടമാ. ’’ അയാൾ പൈസ വാങ്ങി നെറ്റിയിലും നെഞ്ചിലും വച്ച് ഒരു നിമിഷം പ്രാർത്ഥിച്ച് പെട്ടിയിലിട്ടു.

സാധാരണ കിട്ടുന്നതിലും കൂടുതൽ കപ്പലണ്ടി കടലാസിൽ പൊതിഞ്ഞ് അയാൾ ബാലന്റെ കൈയിൽ കൊടുത്തു.

അവിടെവച്ചുതന്നെ ബാലൻ മധുവിനും കണ്ണനും അത് വീതിച്ചു നൽകി. കണ്ണിമാങ്ങ സ്കൂളിൽ കൊണ്ടുവന്നാലും അത് കൂട്ടുകാരുമായി പങ്കിടാതെ ആരും കഴിക്കില്ല. ചന്ദ്രക്കലപോലുള്ള പുളിയും മധുരവുമുള്ള പല നിറത്തിലുള്ള മിഠായി ആണ് അവനിഷ്ടം.

അവർ കപ്പലണ്ടി തിന്നുകൊണ്ട് ചെല്ലപ്പൻ ചെയ്യുന്ന ഓരോ പണികളും നോക്കി അവിടെത്തന്നെ നിന്നു.

ചെല്ലപ്പൻ പഴുത്ത വാഴക്കുലകൾ കടയുടെ പുറത്തെ തട്ടിയിൽ അയാൾ തൂക്കിയിട്ടു. കുട്ടികളെ പേടിപ്പിക്കുന്ന താടിവച്ച മുടന്തൻ ഖാദര് അവിടേക്കു വരുന്നതുകണ്ടപ്പോൾ കണ്ണൻ ബാലന്റെ പിന്നിലേക്ക് മാറി നിന്നു. ബാലന് അയാളെ തീരെ പേടിയില്ലെന്ന് കണ്ണനറിയാം.

''എന്താ ചെല്ലപ്പാ, അടീലത്തെ പടല അങ്ങനെതന്നെ നിർത്തിയിട്ട് മുകളിലത്തതെല്ലാം തീർത്തത്?'' ഖാദറ് അവരെ ഒന്നു ഗൗരവത്തിൽ നോക്കിയ ശേഷം ചോദിച്ചു.

''ആ ഒരു പടല, വടക്കേവിളയിലെ കുട്ടി ബുക്കുചെയ്തതാ.'' ചെല്ലപ്പൻ പറഞ്ഞു.

പഴുക്കുന്നതിന് മുമ്പ് ഓരോ പടലയും മുൻകൂട്ടി ചിലർ ബുക്കു ചെയ്യുന്ന പതിവുണ്ടെന്ന് അപ്പോഴാണ് അവൻ അറിയുന്നത്.

ഒരു സമയവും ചെല്ലപ്പൻ വെറുതെയിരിക്കുന്നത് കണ്ണൻ കണ്ടിട്ടില്ല. റോഡിലൂടെ പോകുന്നവരോട് സംസാരിക്കുമ്പോഴും ഓരോ പണി യിലാവും. അയാൾ ബീഡി തെറുക്കുന്നത് കണ്ണൻ നോക്കിനിന്നിട്ടുണ്ട്.

വെട്ടിയെടുത്ത ബീഡി ഇല വെള്ളം തളിച്ച് നനഞ്ഞ ചാക്കു കഷണത്തിൽ പൊതിഞ്ഞ് വയ്ക്കുന്നത് ബീഡിയില ചുരുട്ടുമ്പോൾ പൊട്ടിപ്പോകാതിരിക്കാനാണെന്ന് ചെല്ലപ്പനാണ് ഒരിക്കൽ കണ്ണ നോട് പറഞ്ഞത്. ചെറിയ മുറത്തിന്റെ മൂലയിൽ ബലം കുറഞ്ഞ കളർ നൂലിന്റെ കട്ട ഉറപ്പിച്ചിട്ടുണ്ടാവും. കുതിർത്ത ബീഡിയിലയും പുക യിലപ്പൊടിയും മുറത്തിലിട്ടശേഷം, ഇലയെടുത്ത് ഒരു നുള്ള് പുകയില പ്പൊടി അതിൽവച്ച് ഇല ചുരുട്ടി പൊടി പുറത്തേക്ക് വീഴാതിരിക്കാൻ രണ്ടറ്റവും കത്രികകൊണ്ട് ഉള്ളിലേക്ക് മടക്കിയശേഷമാണ് നൂലിട്ട് കെട്ടുന്നത്. ഒരു പ്രത്യേക താളത്തിൽ അയാൾ ബീഡി തെറുക്കുന്നത് കാണാൻ നല്ല രസമാണ്. ബീഡിയില രണ്ടിഞ്ച് സമചതുരത്തിൽ വെട്ടിയെടുക്കുമ്പോഴും അയാളുടെ കൈകൾ ചലിക്കുന്നതോടൊപ്പം തലയുമിളക്കി യന്ത്രംപോലെയാണ് അയാൾ ചലിക്കുന്നത്.

''എന്തേ, നോക്കിനിൽക്കുന്നത്? ഒരെണ്ണം വലിക്കുന്നോ?'' ഒരി ക്കൽ ചെല്ലപ്പൻ ബീഡി തെറുക്കുന്നത് നോക്കിനിന്നപ്പോൾ ചോദിച്ചു. കുട്ടികൾ ബീഡി വലിക്കുന്നത് കുറ്റമാണെന്ന് കണ്ണനറിയാം. അച്ഛൻ ബീഡി വലിക്കുന്നത് കണ്ണൻ കണ്ടിട്ടില്ല. അടുത്ത വീട്ടിലെ കൃഷ്ണേ ട്ടന്റെ മടിയിൽ എപ്പോഴും ബീഡിയും തീപ്പെട്ടിയും ഉണ്ടാവും.

കാളക്കുട്ടൻ

കറുമ്പി വീട്ടിന്റെ ഐശ്വര്യമായി മാറി. നന്ദിനി ഓരോ ദിവസം കഴിയുംതോറും തടിച്ചു കൊഴുക്കാൻ തുടങ്ങി. ആറുമാസം കഴിഞ്ഞപ്പോഴേക്കും നന്ദിനി കറുമ്പിയോളം വളർന്നു. വികൃതിക്കാരിയായ കറുമ്പിയുടെ മകൾക്ക് നല്ല അനുസരണശീലം എങ്ങനെയുണ്ടായെന്ന് കണ്ണന് മനസ്സിലായില്ല. അതുകൊണ്ട് അവൾക്ക് തീറ്റ കൊടുക്കാനാണ് അവനിഷ്ടം.

ഒരു ദിവസം രാവിലെ കറുമ്പി അലറി വിളിക്കുന്നത് കേട്ടുകൊണ്ടാണ് കണ്ണൻ ഉണർന്നത്. അച്ഛന്റെ ഉച്ചത്തിലുള്ള സംസാരവും കേട്ടു. കറുമ്പിയെ കറക്കാൻ പോയ അച്ഛനെ കറുമ്പി തൊഴിച്ചതാണെന്ന് മനസ്സിലായി.

''പാല് തീരെ ചുരത്തിയിട്ടില്ല.'' പാലുവാങ്ങാൻ വന്നവരെ പാൽ പാത്രം കാണിച്ചുകൊണ്ട് അച്ഛൻ പറഞ്ഞു.

പാലു വാങ്ങാൻ വന്നവർ നിരാശയോടെ മടങ്ങിപ്പോയി.

''ഇതാ, നാടൻ പശുക്കളുടെ ഒരു കുഴപ്പം. കറുമ്പിയെ ഇന്നു തന്നെ ചവിട്ടിക്കാൻ കൊണ്ടുപോകണം.'' അച്ഛൻ അമ്മയോടു പറഞ്ഞു.

''കുത്തിവയ്പ്പിച്ചാൽ ഇനത്തിലെ കുട്ടിയെ കിട്ടില്ലേ?'' അമ്മ ചോദിച്ചു.

''രാമട്ടന്റെ കാളയല്ലേ നന്ദിനിയെ തന്നത്? അവിടെത്തന്നെ കൊണ്ടുപോകാം.'' അച്ഛൻ പറഞ്ഞു.

ചായ കുടിക്കാൻകൂടി കാത്തുനിൽക്കാതെ കറുമ്പിയെ രാമട്ടന്റെ വീട്ടിലേക്കു അച്ഛൻ കൊണ്ടുപോയി.

* * * * * *

രണ്ടുമാസം കഴിഞ്ഞപ്പോൾ കറക്കാൻ കറുമ്പി വല്ലാതെ മെട കാട്ടി. പല ദിവസവും അച്ഛനെ കറുമ്പി തൊഴിച്ചു. അവൾക്ക് അച്ഛനും

നല്ല അടി തിരിച്ചും സമ്മാനിച്ചു. മൂന്നുമാസം കഴിഞ്ഞപ്പോൾ കറുമ്പി കറക്കാൻ തീരെ അനുവദിച്ചില്ല. നന്ദിനിക്കുപോലും അവൾ പാല് കൊടുത്തില്ല. കറുമ്പി ഗർഭിണിയാണെന്ന് പറമ്പിലേക്ക് അഴിച്ചു കെട്ടുമ്പോൾ അച്ഛൻ അമ്മയോടു പറഞ്ഞത് അവൻ കേട്ടു.

മോരുഭരണി അമ്മ കഴുകി വെയിലിൽ ഉണക്കാൻ വച്ചു. എന്നും പുളിശ്ശേരിയുള്ള വീട്ടിൽ വെറുംപുളി പ്രധാന ഒഴിച്ചു കറിയായി. വെറുംപുളിക്ക് അമ്മ നിറം കൊടുത്തത് ചെമ്പരത്തിപ്പൂകൊണ്ടായിരുന്നു. കഴുകിയ ചെമ്പരത്തിപ്പൂവ് പച്ച ഈർക്കിലിൽ കോർത്ത് തിളച്ച പുളിവെള്ളത്തിലേക്കിട്ട് ഇളക്കിയെടുക്കുമ്പോഴേക്കും നല്ല ചുവപ്പുനിറം കിട്ടിയത് കണ്ണൻ കണ്ടു. ചെമ്പരത്തിപ്പൂവിന് വലിയ ഗുണമാണെന്ന് അമ്മ പറഞ്ഞപ്പോൾ അത് മോരുകറിയോടൊപ്പം വരില്ലെന്ന് അവനറിയാമായിരുന്നു.

* * * * * *

ഒരു ദിവസം രാവിലെ വല്യമ്മാമ വീട്ടിലേക്കു വന്നു. ഓല ചീകി കെട്ടിക്കൊണ്ടിരുന്ന അച്ഛൻ വല്യമ്മാമയെ കണ്ടതും പണി നിർത്തി മുറ്റത്തേക്കു വന്നു.

''നിന്റെ പശു രണ്ടാമതും ഗർഭിണിയാണെന്നറിഞ്ഞു. പ്രസവിക്കാറാകുമ്പോഴേക്കും അങ്ങ് കൊണ്ടുവരണം.'' അച്ഛനെ കണ്ടതും വല്യമ്മാമ പറഞ്ഞു.

വല്യമ്മാമ പറഞ്ഞതെന്തെന്ന് മനസ്സിലാവാതെ അച്ഛൻ സ്തംഭിച്ചു നിന്നത് കണ്ണൻ കണ്ടു. വല്യമ്മാമയാണ് കറുമ്പിയെ നൽകിയതെന്ന് അവനറിയാം. അതുകൊണ്ട് അതിനെ തിരികെ ചോദിച്ചതാണെന്ന് കണ്ണൻ ഊഹിച്ചു.

അമ്മാവനോട് അകത്തേക്ക് കയറിയിരിക്കാൻ അച്ഛൻ പറഞ്ഞില്ല. അമ്മാവൻ തലയും കുമ്പിട്ട് കൂടുതലൊന്നും പറയാതെ വേഗം പോയി. സാധാരണ വല്യമ്മാമ വീട്ടിൽ വന്നാൽ കുറെ സമയം സംസാരിച്ചിരിക്കാറുണ്ട്. വല്യമ്മാമ പോയിട്ടും അച്ഛൻ മുറ്റത്തെ തിണ്ണയിൽ സങ്കടപ്പെട്ടിരുന്നത് കണ്ണൻ കണ്ടു.

അടുക്കളയിൽ നിന്ന അമ്മ, വല്യമ്മാമ വന്നതുപോലും അറിഞ്ഞില്ല. അച്ഛൻ എന്തുകാര്യവും അമ്മയോട് പറയാറുണ്ട്. കറവ ഉള്ളപ്പോൾ ആഴ്ചയിൽ ഒരു ദിവസമെങ്കിലും മോര് അമ്മാവന്റെ വീട്ടിൽ മുടങ്ങാതെ എത്തിച്ചത് കണ്ണനായിരുന്നു. മോര് കൊടുക്കാത്തതുകൊണ്ടാണോ വല്യമ്മാമ കറുമ്പിയെ തിരകെ ചോദിച്ചതെന്ന് കണ്ണൻ സംശയിച്ചു.

''എന്തുപറ്റി...?'' അച്ഛന്റെ അടുത്തുവന്ന് അമ്മ ചോദിച്ചു.

''നീ കുറച്ച് വെള്ളമെടുത്തേ...'' അച്ഛൻ പറഞ്ഞു. ഉപ്പിട്ട കഞ്ഞി വെള്ളം വലിയ ഒരു ഗ്ലാസ്സിൽ വേഗം കൊണ്ടുവന്ന് അമ്മ അച്ഛന് കൊടുത്തു.

''ആ ചതിയൻ നമ്മളെ പറ്റിച്ചു ഭാനൂ...'' വെള്ളം കുടിച്ചിച്ച് അച്ഛൻ പറഞ്ഞു.

''എനിക്കൊന്നും മനസ്സിലാകുന്നില്ല. നിങ്ങള് കാര്യമെന്തെന്നു പറ.''

വല്യമ്മാമ വന്ന് പറഞ്ഞകാര്യം അച്ഛൻ അമ്മയോടു പറഞ്ഞു.

''അപ്പോ, അമ്മാവൻ പശുക്കുട്ടിയെ നോക്കാൻ തന്നതാ അല്ലേ?'' അമ്മ ദേഷ്യപ്പെട്ടുകൊണ്ട് ചോദിച്ചു. അമ്മയുടെ മുഖം പെട്ടെന്ന് ചുവന്നു തുടുത്തു.

''സൗജന്യമായി തന്നതാണെന്നാ ഞാൻ കരുതിയത്. പശുക്കുട്ടിയുടെ വില നമ്മള് കൊടുത്തിട്ടില്ലല്ലോ. അപ്പോപ്പിന്നെ?'' അച്ഛൻ അമ്മാവനെ ന്യായീകരിക്കാൻ ശ്രമിച്ചുകൊണ്ട് പറഞ്ഞു.

''ഇത്തിരി ബൂദ്ധിമുട്ടിയാലും അതിന്റെ വില കൊടുക്കാൻ കഴിയുമായിരുന്നല്ലോ? നിങ്ങടെ അമ്മാവന്റെ ഒരു കുരുട്ടുബുദ്ധി. ഒരു കറവപ്പശുവിനെ ബുദ്ധിമുട്ടില്ലാതെ കിട്ടുമല്ലോ? അയാളൊരു ദുഷ്ടനാ.'' അമ്മ ദേഷ്യത്തോട് പറഞ്ഞു.

''ഭാനൂ, നീ ആവശ്യമില്ലാത്തത് പറയരുത്. നമ്മള് നല്ലതേ ചിന്തിക്കാവൂ.''

''അപ്പോ, 'ഏറ്റുവാങ്ങിയ' പശുക്കുട്ടിയായിരുന്നു കറുമ്പി അല്ലേ?'' അമ്മ ശബ്ദം ഉയർത്തിയാണ് ചോദിച്ചത്.

അച്ഛൻ ഒന്നും പറയാതെ അമ്മയെ ദയനീയമായി നോക്കി.

''പശുവിനെ തിരികെ കൊടുക്കാൻ തീരുമാനിച്ചോ?'' അമ്മ ചോദിച്ചു.

''അതല്ലേ നാട്ടുനടപ്പ്. നന്ദിനി നമുക്കുള്ളതാ. ആറുമാസം കഴിഞ്ഞാ അതിനെ ചവിട്ടിക്കാം.'' അച്ഛൻ അമ്മയെ ആശ്വസിപ്പിക്കാൻ ശ്രമിച്ചു.

''ഞരണ്ടു പെരണ്ടുകിടന്ന ഒരു ക്ടാവിനെ നല്ലൊരു പശുവാക്കിയപ്പോ... നിങ്ങള് വേറെ പണിനോക്കീന്ന്. വരുന്നതുവരട്ടെ. കറുമ്പിയെ കൊടുക്കില്ല.'' അമ്മ തറപ്പിച്ചു പറഞ്ഞു.

ചേച്ചി പുസ്തകം വായിക്കുന്നതിൽ ശ്രദ്ധിച്ചിരുന്നപ്പോഴും കണ്ണന്റെ ശ്രദ്ധ മുഴുവൻ അമ്മയും അച്ഛനും തമ്മിലുള്ള സംസാരത്തിലായിരുന്നു. അച്ഛൻ പറഞ്ഞത് കേട്ടപ്പോൾ എന്നെങ്കിലും ഒരു ദിവസം വല്യമ്മാമ കറുമ്പിയെ കൊണ്ടുപോകാൻ വരുമെന്ന് കണ്ണൻ ഭയന്നു.

അച്ഛനും അമ്മയും സംസാരം നിർത്തി രണ്ടുവഴിക്ക് പോയപ്പോൾ അമ്മയോട് അതേക്കുറിച്ച് ചോദിക്കാമെന്നു കരുതി പുസ്തകം അടച്ചുവച്ച് അടുക്കളയിലേക്കു പോയി. അമ്മ അടുക്കളവാതിൽ ചാരിനിന്ന് കരയുന്നതു കണ്ടപ്പോൾ കണ്ണന് ഒന്നും ചോദിക്കാൻ തോന്നിയില്ല. വല്യമ്മാമയുടേതാണ് കറുമ്പിയെന്നും അതിനെ കൊടുക്കേണ്ടിവരുമെന്നും അവന് മനസ്സിലായി.

* * * * * *

കറുമ്പി പ്രസവിക്കാറായിട്ടും കറുമ്പിയെ കൊണ്ടുപോകാൻ വല്യമ്മാമ വന്നില്ല. കറുമ്പിയെ വല്യമ്മാമയ്ക്കു കൊടുക്കാൻ അമ്മ സമ്മതിക്കില്ലെന്ന് കണ്ണൻ വിശ്വസിച്ചു. അച്ഛന്റെ സത്യസന്ധതയുടെ മുന്നിൽ അമ്മയുടെ പിടിവാശി ഏശില്ലെന്ന് കണ്ണന് അറിയാമായിരുന്നു. എങ്കിലും വല്യമ്മാമ വീട്ടിൽ പിന്നീട് വരാത്തതുകൊണ്ട് ആ പ്രശ്നം അവസാനിച്ചെന്ന് കണ്ണൻ കരുതി.

ഒരു ദിവസം അത്താഴം കഴിച്ചുകൊണ്ടിരിക്കുമ്പോഴാണ് കറുമ്പി അമറിക്കരഞ്ഞത്. അടുക്കളയിൽ, നിലത്ത് വട്ടത്തിലിരുന്ന് എല്ലാവരും ഒരുമിച്ചാണ് അത്താഴം കഴിക്കുന്നത്. കറുമ്പിയുടെ കരച്ചിൽ കേട്ടതും അച്ഛൻ ചോറ് വേഗത്തിലുണ്ട് കൈകഴുകി, ഉമ്മറത്ത് കത്തിച്ചുവച്ച റാന്തൽവിളക്കുമെടുത്ത് തൊഴുത്തിലേക്കു നടന്നു. കണ്ണനും വേഗത്തിൽ ചോറുണ്ട് അച്ഛന് പിന്നാലെ കളപ്പുരയിലേക്കു ചെന്നു. അച്ഛൻ തൊഴുത്തിലേക്കിറങ്ങി ചാണകം കൈക്കോട്ടുകൊണ്ട് വടിച്ച് പുറത്തേക്കിട്ട് തൊഴുത്ത് വൃത്തിയാക്കുമ്പോൾ കണ്ണൻ റാന്തൽവിളക്ക് പിടിച്ച് അച്ഛന് വെളിച്ചം കാണിച്ചുകൊടുത്തു.

''കറുമ്പി ഇന്നു പ്രസവിക്കുമോ അച്ഛാ.'' കണ്ണൻ ചോദിച്ചു.

''പ്രസവിക്കുമെന്നാ തോന്നുന്നത്.'' അച്ഛൻ പറഞ്ഞു.

അച്ഛൻ കിണറ്റിനടുത്തുപോയി കാലും കൈയും കഴുകി വീണ്ടും കളപ്പുരയിലിലേക്ക് വീണ്ടും വന്നു. തിരി താഴ്ത്തി റാന്തൽവിളക്ക് കളിയിലിന്റെ തിണ്ണയിൽത്തന്നെ വച്ചു. കറുമ്പി നന്ദിനിയെ പ്രസവിച്ചത് രാവിലെയാണ്. അതുകൊണ്ട് രാവിലെയാവും കറുമ്പി പ്രസവിക്കുന്നതെന്നു കരുതി ഉറക്കം വന്നപ്പോൾ അവൻ കിടക്കാൻ പോയി.

പിറ്റേദിവസം രാവിലെ കണ്ണൻ കളപ്പുരയിലേക്ക് കയറുമ്പോൾ അച്ഛൻ തൊഴുത്ത് വൃത്തിയാക്കുന്നതാണ് കണ്ടത്.

''കറുമ്പിയോടൊപ്പം നിൽക്കുന്ന ആളേ കണ്ടോ?'' അച്ഛൻ ചോദിച്ചു.

''ങേ... എപ്പൊഴാ കറുമ്പി പെറ്റത്?'' അവൻ അതിശയത്തോടെ ചോദിച്ചു.

''പുലർച്ചെയ്ക്ക്. കാളക്കുട്ടിയാ.'' അച്ഛൻ പറഞ്ഞു.

കാളക്കുട്ടിയും പശുക്കുട്ടിയും തമ്മിലുള്ള വ്യത്യാസമെന്തെന്ന് ഒറ്റനോട്ടത്തിൽ കണ്ണന് മനസ്സിലായില്ല. വീട്ടിൽ പഴയതുപോലെ ഇനിയും പാലും തൈരും ഒക്കെ ഉണ്ടാവും എന്നോർത്ത് കണ്ണൻ സന്തോഷിച്ചു. അമ്മാവൻ മുമ്പെങ്ങോ പറഞ്ഞകാര്യം അച്ഛൻ മറന്നുവെന്നാണ് കണ്ണന് തോന്നിയത്.

''നല്ല ഒരു കാളക്കുട്ടനാ. അവന് പാല് കൊടുത്തു വളർത്തണം.'' അച്ഛൻ പറഞ്ഞു.

''വല്യ സ്വപ്നം ഒന്നും കാണണ്ട.'' തൊഴുത്ത് കഴുകാനായി ചെമ്പുകുടത്തിൽ വെള്ളം കൊണ്ടുവരുമ്പോൾ അമ്മ പറഞ്ഞു.

വല്യമ്മാമ കറുമ്പിയെ കൊണ്ടുപോകുമെന്ന് ഭയന്നാണ്, അമ്മ പറഞ്ഞതെന്ന് കണ്ണൻ ഊഹിച്ചു. മനസ്സിൽ തോന്നിയ കാര്യം തെറ്റായാലും ശരിയായാലും അമ്മ അച്ഛനോടു പറയും. എല്ലാ കാര്യത്തിലും അവർ പുലർത്തുന്ന പരസ്പരവിശ്വാസവും സ്നേഹവും സഹായവും കുടുംബത്തിലുള്ളവരും അസൂയയോടാണ് കാണുന്നതെന്ന് കണ്ണനറിയാം.

കാപ്പികുടികഴിഞ്ഞ് കറുമ്പിയെ കുളിപ്പിക്കാനായി തൊഴുത്തിൽ നിന്ന് കിണറിനടുത്തുള്ള കവുങ്ങിൽ അച്ഛൻ കെട്ടിയപ്പോൾ അമ്മ വലിയ ചെമ്പുചരുവത്തിൽ കിണറ്റിൽനിന്ന് വെള്ളം കോരി നിറച്ചു.

പ്രസവിച്ചതിനുശേഷം കറുമ്പിയെ വീട്ടിലെ പറമ്പിൽനിന്നും പുറത്തു കൊണ്ടുപോയി തീറ്റാനോ തോട്ടിൽ കൊണ്ടുപോയി കുളിപ്പിക്കാനോ അമ്മ സമ്മതിച്ചില്ല. ആരെങ്കിലും കണ്ണുവയ്ക്കുമെന്നാണ് അമ്മ പറഞ്ഞത്.

രാവിലെ സ്കൂളിൽ പോകുന്നതിനുമുമ്പ് കണ്ണൻ പശുക്കുട്ടിയുടെ കൂടെ കുറെ നേരം ചെലവഴിച്ചു. ദേഹത്ത് തൊടുമ്പോഴേക്കും അത് കുതറി ഓടി. നന്ദിനിയും അങ്ങനെ ആയിരുന്നുവെന്ന് അവൻ ഓർത്തു. കാളക്കുട്ടനായതുകൊണ്ട് വികൃതി കൂടുമെന്ന് അവന് തോന്നി. നന്ദിനി വളർന്നിട്ടും കറുമ്പിയെപ്പോലെ തലയാട്ടി ആരേയും പേടിപ്പിച്ചില്ല. ചേച്ചിക്കും നന്ദിനിയെ ഇഷ്ടമാണ്.

കാളക്കുട്ടനോട് കളിക്കാനൊന്നും ചേച്ചി താല്പര്യം കാണിച്ചില്ല. കണ്ണൻ കാളക്കുട്ടനോട് സംസാരിക്കുമ്പോൾ ചേച്ചി അത് കേട്ടു ചിരിച്ചു.

''നീ പറേന്നതെല്ലാം അതിന് നന്നായി മനസ്സിലാവുന്നുണ്ട് കണ്ണാ.'' ചേച്ചി പരിഹസിച്ചാണ് പറഞ്ഞതെന്ന് കണ്ണന് മനസ്സിലായി. ചേച്ചി കേൾക്കാതെ അവൻ കാളക്കുട്ടന്റെ ചെവിയിൽ അടക്കംപറഞ്ഞു.

ഊളൻ പറമ്പ്

ഒരു ദിവസം ഉച്ചയ്ക്കാണ് കാര്യസ്ഥനായ വേലുക്കുട്ടിയെകൂട്ടി വല്യമ്മാമ വീട്ടിൽ വന്നത്. അമ്മ പറഞ്ഞകാര്യം കണ്ണന് ഓർമ്മവന്നു. സത്യത്തിനു വിരുദ്ധമായി ഒന്നും പ്രവർത്തിക്കുന്ന ആളല്ല അച്ഛൻ.

"പശു പ്രസവിച്ച് രണ്ടാഴ്ച കഴിഞ്ഞിട്ടും അക്കാര്യം നീ എന്നോടു പറഞ്ഞില്ലല്ലോ ഗോവിന്ദാ. കാര്യങ്ങളൊക്കെ നിനക്കറിയാമല്ലോ." മുറ്റത്തുനിന്നുകൊണ്ട് വല്യമ്മാമ പറഞ്ഞു.

അച്ഛൻ ഒന്നും പറയാതെ നിന്നപ്പോൾ വല്യമ്മാമയും വേലുക്കുട്ടിയും തൊഴുത്തിനടുത്തേക്കു നടന്നു.

"മോരുവെള്ളം കുടിക്കാം." അമ്മ വലിയ ഓട്ടുഗ്ലാസ്സിൽ മോരും വെള്ളവുമായി വന്ന് വല്യമ്മാമയെ ക്ഷണിച്ചു.

അച്ഛൻ രൂക്ഷമായി അമ്മയെ നോക്കി. കറുമ്പിയെ കൊണ്ടുപോകാനാണ് അവർ വന്നതെന്ന് മനസ്സിലാക്കാതെയാണ് അമ്മ അവരെ സൽക്കരിക്കുന്നതെന്ന് അച്ഛന് മനസ്സിലായി. അച്ഛൻ കളപ്പുരയിലേക്ക് കയറി കുതിർത്ത പിണ്ണാക്കും അരച്ചെടുത്ത പരുത്തിക്കുരുവും വലിയ ചരുവത്തിൽ കറുമ്പിക്ക് കൊടുക്കാൻ കൊണ്ടുവച്ചതിലേക്കു നോക്കി.

"കഴിഞ്ഞ കറവയിൽ കിട്ടിയതിനേക്കാൽ പാല് ഇപ്പോ കിട്ടുന്നില്ലേ ഗോവിന്ദാ?" മോരുംവെള്ളം വാങ്ങിക്കുടിച്ചുകൊണ്ട് വല്യമ്മാമ ചോദിച്ചു.

അച്ഛൻ ഒന്നും പറഞ്ഞില്ല. പശുവിനെ അപ്പോൾത്തന്നെ കൊണ്ടുപോകുമെന്ന് ആരും കരുതിയില്ല.

"നെല്ലിന് കളപറിക്കാൻ ആറേഴ് പെണ്ണുങ്ങളുണ്ട്. വേഗം പോകണം. നീ തന്നെ അതിന്റെ കയർ അഴിച്ച് വേലുക്കുട്ടിയുടെ കൈയിലോട്ടു കൊടുത്താ മതി." അമ്മാവൻ പറഞ്ഞു.

കാര്യസ്ഥനെ പരുഷമായാണ് കണ്ണൻ നോക്കിയത്. പിണ്ണാക്കും പരുത്തിക്കുരുവും കാടിവെള്ളവും എല്ലാംകൂടി കൈകൊണ്ട് നന്നായി

ഇളക്കി കറുമ്പിക്ക് കൊടുക്കുമ്പോൾ അച്ഛന്റെ കണ്ണു നിറഞ്ഞത് കണ്ണൻ കണ്ടു. കണ്ണനും അച്ഛന്റെ അടുത്തുതന്നെ നിന്നു.

കാടിവെള്ളത്തിൽ പൊങ്ങിക്കിടന്ന പരുത്തിക്കുരുവിന്റെ തോട് കൈയിൽ കോരിയെടുത്ത് കൈവെള്ളയിൽ വച്ചാണ് കൊടുത്തത്. ഇനി ഇവൾക്ക് തീറ്റ കൊടുക്കാൻ കഴിയില്ലല്ലോ എന്നാലോചിച്ചാവും അച്ഛൻ സങ്കടപ്പെടുന്നതെന്ന് അവൻ ഊഹിച്ചു.

''പരുത്തിക്കുരു നന്നായി അരയ്ക്കാതെ കൊടുക്കരുത്, ദഹിക്കില്ല.'' അച്ഛൻ കൈയിൽ കോരിയെടുത്ത് പരുത്തിക്കുരു കൊടുത്തപ്പോൾ കാര്യസ്ഥൻ വേലുക്കുട്ടി പറഞ്ഞു.

അച്ഛൻ അത് കേട്ടതായി നടിച്ചില്ല. കാടിവെള്ളം കുടിച്ചു കഴിഞ്ഞപ്പോൾ കറുമ്പിയുടെ നെറ്റിയിൽ അച്ഛൻ പതുക്കെ തലോടി. കണ്ണനെപ്പോലെയാണ് കറുമ്പിയേയും അച്ഛൻ സ്നേഹിച്ചതെന്ന് അവനറിയാം.

എന്തുകൊണ്ടാണ് സാധാരണ സമയത്തിന് മുമ്പ് കാടിവെള്ളം തന്നത് എന്നറിയാതെയാണ് അവൾ അത് കുടിച്ചത്. അവിടെ കണ്ട അപരിചിതരെ കറുമ്പി ഇടയ്ക്ക് ശ്രദ്ധിക്കുന്നുണ്ടായിരുന്നു.

''ഇനത്തിലുള്ള പശുക്കുട്ടിയെ കിട്ടിയത് നിന്റെ ഭാഗ്യം, അല്ലേ വേലുക്കുട്ടീ? ആറുമാസം കഴിഞ്ഞാ അതിനെ ചവിട്ടിക്കാം. അതു നിനക്കുള്ളതാ.'' താനെന്തോ ഔദാര്യം ചെയ്തിരിക്കുന്നു എന്ന മട്ടിൽ തൊഴുത്തിൽ നിൽക്കുന്ന നന്ദിനിയെ നോക്കി വല്യമ്മാമ പറഞ്ഞു.

കറുമ്പി പാത്രം നക്കിത്തുടച്ചു. കൂടുതലൊന്നും സംസാരിക്കാതെ അച്ഛൻ പശുവിനെ തൊഴുത്തിൽനിന്നഴിച്ച് കയറ് കാര്യസ്ഥന്റെ കൈയിലേക്കു കൊടുത്തു.

''കറവയ്ക്കു മെടയൊന്നുമില്ലല്ലോ ഗോവിന്ദാ?'' വല്യമ്മാമ ചോദിച്ചു.

അതിന് മറുപടി പറയാതെ അച്ഛൻ രൂക്ഷമായിട്ടാണ് വല്യമ്മാമയെ നോക്കിയത്. അമ്മ വരാന്തയിൽനിന്ന് ഒരു നാടകംപോലെയാണ് എല്ലാം കണ്ടത്. അച്ഛന്റെ കണ്ണു നിറഞ്ഞതു കണ്ടപ്പോൾ അമ്മയും കരയുന്നത് കണ്ടു. ചേച്ചി അമ്മയുടെ തോളത്തു ചാരി ദുഃഖത്തോടെ നിൽക്കുന്നതു കണ്ടപ്പോൾ കണ്ണനു സങ്കടം സഹിക്കാൻ കഴിഞ്ഞില്ല. കാളക്കുട്ടി ഒന്നുമറിയാതെ അമ്മയുടെ പിന്നാലെ തുള്ളിച്ചാടി നടന്നു. കുറച്ചു ദിവസമായി തന്നോടൊപ്പം കളിക്കുന്ന ആ കാളക്കുട്ടൻ ഇനി തന്നോടൊപ്പം കളിക്കാനുണ്ടാകില്ലെന്ന് ഓർത്തപ്പോൾ അവന് സങ്കടം അടക്കാൻ കഴിഞ്ഞില്ല.

''വല്യമ്മാമാ... കറുമ്പിയെ കൊണ്ടുപോവല്ലേ...'' കണ്ണൻ ഉച്ചത്തിൽ സങ്കടത്തോടെ വിളിച്ചുകൊണ്ട് പറഞ്ഞു.

അതാരും പ്രതീക്ഷിക്കാത്തതായിരുന്നു. എല്ലാവരും കണ്ണനെയാണ് നോക്കിയത്. അച്ഛൻ കണ്ണനെ വന്ന് കെട്ടിപ്പിടിച്ചു. അച്ഛന്റെ മനസ്സ് ആകെ അസ്വസ്ഥമായിരുന്നു. അമ്മാവൻ കാണിച്ച നെറികേടാവും അച്ഛനെ കൂടുതൽ വേദനിപ്പിച്ചത്.

''കൊണ്ടു പോയ്ക്കോട്ടെ മോനേ. അച്ഛൻ നല്ലൊരു പശുവിനെ ചന്തയിൽനിന്ന് വാങ്ങും.'' സങ്കടത്തോടെ അച്ഛൻ പറഞ്ഞു.

കണ്ണൻ ഏങ്ങിയേങ്ങിക്കരഞ്ഞു. അമ്മയും കണ്ണനെ വന്നു കെട്ടിപ്പിടിച്ച് കരഞ്ഞു. കറുമ്പി പോകാൻ കൂട്ടാക്കാതെ മുറ്റത്തുനിന്ന് അച്ഛനെ നോക്കി കറങ്ങിയും തിരിഞ്ഞും നിന്നു. മിണ്ടാപ്രാണിയാണെങ്കിലും അതും ചിലതൊക്കെ മനസ്സിലാക്കുന്നുണ്ടെന്ന് കണ്ണനു തോന്നി. അച്ഛൻ കാര്യസ്ഥന്റെ കൈയിൽനിന്ന് കയറുവാങ്ങി.

''അവളുടെ മൂക്കുകയർ വല്ലാതെ മുറുകിയിട്ടുണ്ട്.'' കറുമ്പിയുടെ മൂക്കുകയർ അയച്ചിട്ടുകൊണ്ട് അച്ഛൻ പറഞ്ഞു. കറുമ്പിയുടെ ദേഹത്ത് അച്ഛൻ പതുക്കെയൊന്നു തട്ടിയതും അവൾ മനസ്സില്ലാമനസ്സോടെ നടന്നപ്പോൾ അച്ഛൻ കയർ കാര്യസ്ഥന്റെ കൈയിൽ കൊടുത്തു.

കറുമ്പിയെ കൊണ്ടുപോകുന്നതും നോക്കി എല്ലാവരും മുറ്റത്തു തന്നെ നിന്നു. എല്ലാവരുടെ കണ്ണുകളും നിറഞ്ഞിരുന്നത് കണ്ണൻ കണ്ടു.

ആരേയും ആശ്രയിക്കാതെ സ്വന്തം പറമ്പിൽ അധ്വാനിച്ചു കഴിയുന്ന അച്ഛന് പാൽ വിറ്റുകിട്ടുന്ന പൈസ ആശ്വാസമായിരുന്നു. സംഭവിക്കാൻ പാടില്ലാത്തതാണ് സംഭവിച്ചത്.

''ഇനി അമ്മാവൻ എന്ന് ആ ദുഷ്ടനെ വിളിക്കുന്നത് ഞാൻ കേൾക്കട്ടെ. അമ്മാവനാണുപോലും.'' അവർ കൺവെട്ടത്തുനിന്ന് മറഞ്ഞപ്പോൾ അമ്മ ദേഷ്യത്തോടെ പറഞ്ഞു.

''കഴിഞ്ഞത് കഴിഞ്ഞു. ഇനി അതോർത്തിട്ട്...'' അച്ഛൻ അമ്മയെ ആശ്വസിപ്പിക്കാൻ ശ്രമിച്ചു.

''എന്റെ താലി വിറ്റായാലും വേണ്ടില്ല അടുത്ത ചന്തയ്ക്കു പോയി ഒരു കറവപ്പശുവിനെ വാങ്ങണം.'' അമ്മ ശബ്ദമുയർത്തി ദേഷ്യത്തിലാണ് പറഞ്ഞത്. എന്തൊക്കെയോ കുശുകുശുത്തുകൊണ്ട് അമ്മ വല്യമ്മാമയെ ശപിച്ചുകൊണ്ട് അടുക്കളയിലേക്കു പോയി.

അമ്മ ദേഷ്യം പ്രകടിപ്പിച്ചത് അച്ഛനോടല്ലെന്ന് കണ്ണന് മനസ്സിലായി. അച്ഛന്റെ മനസ്സു വായിക്കാൻ അമ്മയ്ക്ക് കഴിഞ്ഞിരുന്നു. 'വാക്കുകൊണ്ട് വല്ലപ്പോഴും പോരടിച്ചാലും എല്ലാ കാര്യത്തിലും

ഞങ്ങക്ക് ഒരു മനസ്സാ.' അമ്മ സരസ്വതിചേച്ചിയോടു ഒരിക്കൽ പറഞ്ഞത് കണ്ണൻ കേട്ടിട്ടുണ്ട്.

എല്ലാവർക്കും സങ്കടം ഉണ്ടായിരുന്നെങ്കിലും ഉച്ചയ്ക്ക് കഞ്ഞി കുടിക്കാൻ ഇരുന്നപ്പോൾ ആരും അത് പ്രകടിപ്പിച്ചില്ല. കഞ്ഞികുടി കഴിഞ്ഞ് പതിവുപോലെ അച്ഛൻ വരാന്തയിൽവന്ന് നിലത്ത് പായ വിരിച്ച് കിടന്നു. തട്ടൂടിയിൽ ഇരുന്ന അമ്മ ചേച്ചിയെ മടിയിൽ പിടിച്ചു കിടത്തി തലയിൽ പേൻ നോക്കുമ്പോൾ കറുമ്പിയുടെ കാര്യം അവരെല്ലാം മറന്നുവെന്ന് കണ്ണനു തോന്നി.

കണ്ണൻ കളപ്പുരയിലിലേക്കു പോയി നന്ദിനിക്ക് കുറച്ച് വൈക്കോൽ പുല്ലുകൂട്ടിൽ ഇട്ടു കൊടുത്തു. അമ്മ പോയതിന്റെ സങ്കടം അവൾക്കും ഉണ്ടെന്ന് കണ്ണനു തോന്നി. കളപ്പുരയിലിൽ കിടന്ന ഉരലിന്റെ മുകളിൽക്കയറി നന്ദിനി പുല്ലു തിന്നുന്നതും നോക്കിയിരുന്നു. അപ്പോൾ അവന്റെ ചിന്ത കാളക്കുട്ടനിലേക്കെത്തിയിരുന്നു.

* * * * * *

കഴിഞ്ഞ രണ്ടാഴ്ച സ്കൂളിൽനിന്ന് വീട്ടിൽ വന്നാൽ എന്തെങ്കിലും കഴിക്കുന്നതിനു മുമ്പ് അവൻ നേരെ പോയത് കാളക്കുട്ടന്റെ അടുത്തേക്കാണ്. കാളക്കുട്ടനുമായി സല്ലപിച്ചതിനു ശേഷമാണ് വല്ലതും കഴിക്കാൻ അടുക്കളയിലേക്കുപോലും പോയത്.

പശുക്കുട്ടിയുടെ ചെവിയിൽ ബലമായി പിടിച്ചുനിർത്തിയിട്ടാണ് അതിന്റെ മുകളിൽ കയറാൻ ശ്രമിച്ചത്. അത് കുതറി മാറിയപ്പോൾ കണ്ണൻ നിലത്തുവീണു. കാളക്കുട്ടൻ കണ്ണന്റെ വികൃതിത്തരങ്ങൾക്ക് കൂട്ടുനിന്നു. ഒരു ദിവസം കാളക്കുട്ടിയെ എടുത്ത് ഉയർത്താൻ ശ്രമിച്ച് നിലത്തു വീണപ്പോൾ അച്ഛൻ ചിരിച്ചത് അവൻ ഓർത്തു.

''ഇന്നു രാത്രി കണ്ണൻ എന്റെ കൂടെ കിടക്കാൻ വരണ്ട. നിന്നെ ചാണകം നാറും.'' പശുക്കുട്ടിയെ കെട്ടിപ്പിടിക്കുന്നതും ഉമ്മകൊടുക്കുന്നതും കണ്ടപ്പോൾ ചേച്ചി കണ്ണനെ കളിയാക്കി പറഞ്ഞു. ചേച്ചിയും കാളക്കുട്ടനെ ഇടയ്ക്കിടെവന്ന് തലോടുന്നത് കണ്ണൻ കണ്ടിട്ടുണ്ട്.

'അച്ഛാ, ഇവൻ വലുതായാൽ ഞാനിവന്റെ മേളിൽ കയറിയിരിക്കും.' കണ്ണൻ ഒരു ദിവസം അച്ഛനോടു പറഞ്ഞു. അതുകേട്ട് അച്ഛൻ ചിരിച്ചതല്ലാതെ ഒന്നും പറഞ്ഞില്ല. ഒരുദിവസം കാളക്കുട്ടൻ കണ്ണനെ രണ്ടുകാലും ഉയർത്തി തൊഴിച്ചുകൊണ്ട് ഓടിയപ്പോൾ കാളക്കുട്ടന്റെ കാല് കണ്ണന്റെ വയറ്റിൽതട്ടി. നന്നായി വേദനിച്ചപ്പോൾ അവൻ നിലത്തിരുന്നു. അച്ഛൻ അത് കണ്ടിട്ടും കണ്ടതായി നടിച്ചില്ല. ദേഹത്തു പറ്റിയ മണ്ണ് തുടച്ച് കളഞ്ഞ് കാളക്കുട്ടനെ അടിക്കാൻ അതിന്റെ

പിന്നാലെ അവൻ ഓടി. അത് തൊഴിച്ചെങ്കിലും കണ്ണന് കാളക്കുട്ടനെ ഇഷ്ടമായിരുന്നു.

‘‘കുട്ടിക്ക് കുടിക്കാനുള്ളതല്ലേ നമ്മൾ കറക്കുന്നത്?’’ ഒരു ദിവസം കറുമ്പിയെ കറക്കാനായി പോകുമ്പോൾ കണ്ണൻ ചോദിച്ചു.

‘‘എല്ലാം കറക്കില്ലല്ലോ.’’ അച്ഛൻ അവനെ ആശ്വസിപ്പിച്ചു.

‘‘ഇവന് എന്താ അച്ഛാ, പേരിടേണ്ടത്? കുട്ടൻ എന്നിട്ടാലോ..?’’ ഒരു ദിവസം കാളക്കുട്ടനെ അച്ഛൻ കുളിപ്പിക്കുമ്പോഴാണ് കണ്ണൻ ചോദിച്ചത്. അച്ഛൻ ഒന്നും പറഞ്ഞില്ല. കാളക്കുട്ടനുമായി കളിക്കു മ്പോൾ കണ്ണന്റെ ഭാഷ അതിന് മനസ്സിലാകുന്നുണ്ടോ എന്നൊന്നും അവൻ ആലോചിക്കാറില്ല.

‘കുട്ടൻ, അതുവേണ്ട. താഴേവീട്ടിലെ രമണിചേച്ചിയുടെ മോന്റെ പേര് കുട്ടൻ എന്നല്ലേ. ഞാൻ കുട്ടാ... എന്ന് വിളിച്ചാൽ, രമണി ചേച്ചിയുടെ മോൻ ഓടി വരില്ലേ...?’’ കുറച്ചുനേരം ആലോചിച്ചതിനു അവൻ തന്നെ പറഞ്ഞു.

കണ്ണൻ പറഞ്ഞതൊക്കെ കേട്ടിട്ടും അതത്ര ഗൗരവത്തിലെടുക്കാതെ കറുമ്പിയേയും കാളക്കുട്ടനേയും കുളിപ്പിച്ച് അച്ഛൻ പറമ്പിലേക്ക് കൊണ്ടു പോയി. നന്ദിനിയെ എല്ലാ ദിവസവും കുളിപ്പിച്ചില്ലെങ്കിലും കറക്കുന്നതുകൊണ്ട് കറുമ്പിയെ എല്ലാ ദിവസവും കുളിപ്പിച്ചിരുന്നു.

കാളക്കുട്ടൻ തുള്ളിച്ചാടിക്കൊണ്ട് പശുവിന്റെ പിന്നാലെ പോകുന്ന രംഗമാണ് കണ്ണൻ ആലോചിച്ചത്. ഇനിയും സ്കൂളിൽ നിന്നു വന്നാൽ കാളക്കുട്ടനെ കളിപ്പിക്കാൻ കഴിയില്ലല്ലോ എന്നോർത്തപ്പോൾ അവന് സങ്കടം വന്നു.

ഉച്ചയ്ക്കുള്ള മയക്കം കഴിഞ്ഞ് എഴുന്നേറ്റിട്ടും അച്ഛൻ ഒന്നും പറയാതെ ഉമ്മറത്തെ വരാന്തയിൽ വന്നിരുന്നു. പറമ്പിൽ പല പണിയും ചെയ്യാനുണ്ടായിട്ടും അതൊന്നും ചെയ്യാതെ അച്ഛൻ എന്തോ ആലോചി ച്ചിരുന്നു.

‘‘നന്ദിനിയെക്കൂടി വേണമെന്ന് വല്യമ്മാമ പറയാഞ്ഞത് നന്നായി.’’ ചേച്ചി അച്ഛന്റെ അടുത്തേക്കു വന്നു പറഞ്ഞു. ചേച്ചിയും കറുമ്പി യെക്കുറിച്ചാണ് ചിന്തിക്കുന്നതെന്ന് അപ്പോൾ കണ്ണന് മനസ്സിലായത്.

‘‘കുടുംബത്തിലുള്ള ആളായിട്ടും അയാൾ ഇങ്ങനെ ചെയ്യുമെന്ന് കരുതിയില്ല. സാരമില്ല. നമുക്ക് നന്ദിനിയുണ്ടല്ലോ.’’ അച്ഛൻ ചേച്ചിയെ ആശ്വസിപ്പിച്ചു. വല്യമ്മാമയോട് കണ്ണന് എന്തെന്നില്ലാത്ത വെറുപ്പു തോന്നി.

‘‘അയാളുടെ ഈ കുരുട്ടുബുദ്ധികൊണ്ടാ ഒരെണ്ണം വീട്ടില് മൂത്തു നരച്ചിരിക്കുന്നത്. ഇത്രനാളും എന്റെ പശുവിന്റെ ചാണകം നിങ്ങൾക്ക്

കിട്ടിയില്ലേ, എന്നു പറയാനും മടിക്കാത്ത ആളാ നിങ്ങടെ അമ്മാവൻ.'' അമ്മയുടെ ദേഷ്യവും മാറിയിട്ടില്ലെന്ന് അതു കേട്ടപ്പോൾ മനസ്സിലായി.

''ദേഷ്യംകൊണ്ട് ആലോചിക്കാതെ ഓരോന്ന് വിളിച്ചു പറയരുത്. നമുക്കും ഒരു മോളുണ്ട്?'' അച്ഛൻ സമാധാനത്തോടെ അമ്മയെ നോക്കി പറഞ്ഞു.

അല്പസമയം കഴിഞ്ഞതും അമ്മ സ്നേഹത്തോടെ അച്ഛനോടു സംസാരിക്കുന്നത് കണ്ണൻ കണ്ടു. അച്ഛനും അമ്മയും ദേഷ്യപ്പെട്ടാലും പെട്ടെന്ന് ദേഷ്യം മറന്ന് സന്തോഷത്തോടെ സംസാരിക്കുമ്പോൾ അവരാണ് ദേഷ്യപ്പെട്ടതെന്നു വിശ്വസിക്കാൻ കഴിയില്ല.

''നമ്മുടെ കറുമ്പിയുടെ പാലിലെ അവസാനത്തെ ചായയാണ്.'' വലിയ ഓട്ടുഗ്ലാസ്സിൽ പകർന്ന ചായ അച്ഛന്റെ നേരെ നീട്ടിക്കൊണ്ട് അമ്മ പറഞ്ഞു.

''മനുഷ്യന്റെ മലം തിന്നുന്ന ജന്തുക്കൾ ഏതെല്ലാമാണെന്ന് നിനക്കറിയോ...?'' ചായ വാങ്ങി കുടിച്ചിട്ട് അമ്മയോട് അച്ഛൻ ചോദിച്ചു.

''എന്താ ഇപ്പോ ഇങ്ങനെ ഒരു ചോദ്യം? ''

''ചോദിച്ചതിന് ഉത്തരം പറ...''

''നായ, കാക്ക, പന്നി, പിന്നെ ഏതാ?'' അമ്മ സംശയത്തോടെ ചോദ്യം അച്ഛനോട് ചോദിച്ചു.

''നമ്മുടെ കറുമ്പി. കറുമ്പിയെ തീറ്റാൻ കയറ് അഴിച്ചുവിട്ടാൽ അത് അപ്പോ, താഴത്തെ ഊളൻ പറമ്പിലേക്കാ ഓടുന്നത്. ഒരു ദിവസം ഞാനതു കണ്ടുപിടിച്ചു. കറുമ്പി തീട്ടം തിന്നുന്ന പശുവാ.'' അച്ഛൻ ചിരിച്ചുകൊണ്ടു പറഞ്ഞു.

''ങ്ങള് പറഞ്ഞത് എനിക്ക് തീരെ വിശ്വാസം വരുന്നില്ല. ഇത്ര നാളും ഇക്കാര്യം എന്നോട് പറഞ്ഞിട്ടില്ലല്ലോ. ഇപ്പോ ഒരു പുതിയ കണ്ടുപിടിത്തം?'' അമ്മ പറഞ്ഞു.

''ഭാനൂ, ഞാൻ പറഞ്ഞത് സത്യമാണ്.''

''നിങ്ങക്ക് ഭ്രാന്തു പിടിച്ചോ...?'' അമ്മ ചോദിച്ചു.

''ഭ്രാന്തല്ല. എന്റെ കണ്ണുകൊണ്ടു കണ്ടതാ. വിശ്വസിക്കുന്നില്ലെങ്കി വേണ്ട..''

''ഇതെന്തായാലും നേരത്തെ പറയാഞ്ഞത് നന്നായി. ഇതറിഞ്ഞിരുന്നെങ്കി ആരും പാലുവാങ്ങാൻ വരില്ലായിരുന്നു. അല്ല, ആ തീട്ടം തിന്നുന്ന പശുവിന്റെ പാലുകൊണ്ടുള്ള ചായ അല്ലേ, നിങ്ങള് ഇപ്പം കുടിച്ചത്.'' അമ്മ ചിരിച്ചുകൊണ്ട് ചോദിച്ചു.

അതിനു മറുപടി പറയാതെ, ഗ്ലാസ്സ് അമ്മയുടെ കൈയിൽ കൊടുത്തുകൊണ്ട് അച്ഛൻ അമ്മയെനോക്കി ചിരിച്ചു. കുറെനേരം രണ്ടുപേരും ഒന്നും പറഞ്ഞില്ല. അമ്മയെ പറ്റിക്കാൻ പറഞ്ഞതാവും അതെന്നാണ് കണ്ണനു തോന്നിയത്.

''ഉണങ്ങിയ തീട്ടം കടലപിണ്ണാക്ക് തിന്നുന്നതുപോലെ കറുമ്പി തിന്നുന്നത് ഞാൻ കണ്ടിട്ടുണ്ട്. നിറയെ പുല്ലുണ്ടെങ്കിലും ഊളൻ പറമ്പിലേക്ക് അതിനെ അഴിച്ചുകെട്ടാൻ എനിക്ക് മടിയായിരുന്നു.'' അച്ഛൻ തറപ്പിച്ചു പറഞ്ഞു.

അതുകേട്ടപ്പോൾ സത്യമാണെന്ന് കണ്ണനു തോന്നി. ഊളൻപ്പറമ്പി നടുത്തു താമസിക്കുന്ന ശങ്കുപണിക്കരും മറ്റും രാവിലെ കാര്യം സാധിക്കുന്നത് ഊളൻ പറമ്പിലാണ്. മേൽപ്പുരയുള്ള കക്കൂസ് അവരുടെ ചുറ്റുപാടുമുള്ള വീടുകളിലൊന്നും ഇല്ലെന്ന് അവനറിയാം. എല്ലാവരും രാവിലെ പറമ്പിലാണ് പോകുന്നത്. അമ്മയുടെ നിർബ്ബന്ധം കൊണ്ട് രണ്ടുവർഷം മുമ്പാണ് വീട്ടിൽ കക്കൂസ് ഉണ്ടാക്കിയത്.

കൂട്ടുകാർ കളിക്കാനായി വീട്ടിന്റെ പടിക്കൽവന്ന് അവനെ അപ്പോൾ ക്ഷണിച്ചു. കൂട്ടുകാരോടൊക്കെ വലിയ ഗമയിലാണ് കാളക്കുട്ടനെക്കുറിച്ച് അവൻ പറഞ്ഞത്. കാളക്കുട്ടൻ വീട്ടിൽ ഇല്ലെന്ന് അവർ അറിഞ്ഞാൽ അത് മോശമാണെന്നു അവനു തോന്നി. അതുകൊണ്ട് അന്ന് കളിക്കാനും അവൻ പോയില്ല.

''അല്ല, ഗോവിന്ദേട്ടാ, നമ്മുടെ നന്ദിനിയും കറുമ്പിയെപ്പോലെ...'' അമ്മ സംശയത്തോടെ ചോദിച്ചു.

''ഏയ്, ഇല്ല. ആ പറമ്പിലെ പുല്ലുപോലും നന്ദിനി തിന്നാറില്ല. അവള് നന്ദിനിയാ...'' അച്ഛൻ പറഞ്ഞു.

ഊളൻ പറമ്പിൽ പുല്ല് നന്നായി വളരുന്നത് അവിടം പലരുടെയും കക്കൂസായതുകൊണ്ടാണെന്ന് അവനറിയാം.

''ഭാഗ്യം, കറുമ്പി നിങ്ങടെ അമ്മാവന്റെ പശുതന്നെ എന്ന്, ഇപ്പം മനസ്സിലായി. അതു പോയിക്കിട്ടിയതുതന്നെ ഭാഗ്യം.'' അമ്മ ദീർഘമായി നിശ്വസിച്ചുകൊണ്ട് പറഞ്ഞു.

കറുമ്പിയെ കൊണ്ടുപോയതിലുള്ള പ്രയാസം മനസ്സിൽനിന്നും മാറിയെങ്കിലും കാളക്കുട്ടനെക്കുറിച്ചോർത്തപ്പോൾ കണ്ണന് സങ്കടം വന്നു.

പുല്ലരിയാൻ വല്ലവും പുല്ലിരിമ്പുമായി പാടത്തേക്കു അച്ഛൻ പോയപ്പോൾ നന്ദിനിയേയും കൊണ്ടുപോയി. നന്ദിനി കറുമ്പിയെപ്പോലെ കുറുമ്പൊന്നും കാട്ടാതെ അനുസരണയോടാണ് അച്ഛന്റെ

മുന്നിൽ നടന്നത്. അനുസരണ ഉള്ളതുകൊണ്ട് അവളുടെ മൂക്ക് കുത്തേണ്ടിവരില്ലെന്ന് അപ്പോൾ കണ്ണനുതോന്നി.

അച്ഛനോടൊപ്പം നന്ദിനിയെ തീറ്റാൻ പാടത്തേക്കു പോയാലോ എന്ന് കണ്ണൻ ചിന്തിച്ചു. അപ്പോഴാണ് അമ്പലമുറ്റത്തുനിന്ന് കൂട്ടുകാരുടെ ബഹളം കേട്ടത്.

''അമ്മേ... ഞാൻ അമ്പലമുറ്റത്തേക്ക് പോവ്വാണേ...'' കണ്ണൻ വടക്കുവശത്തെ ഇടവഴിയിലേക്ക് ഇറങ്ങുമ്പോൾ വിളിച്ചു പറഞ്ഞു.

വൈകുന്നേരം വിളക്കുവെച്ച് രാമനാമം ജപിച്ചു കഴിഞ്ഞപ്പോൾ അവൻ അച്ഛന്റെ അടുത്തു വന്നിരുന്നു.

''അച്ഛാ, അടുത്ത ചന്തയ്ക്കുതന്നെ നമുക്ക് പശുവിനെയും കുട്ടിയെയും വാങ്ങണം.'' അവൻ പറഞ്ഞു.

''ഈ മാസത്തെ കാലിച്ചന്ത കഴിഞ്ഞില്ലേ, അടുത്ത ചന്തയ്ക്കു പോയി പശുവിനെയും കുട്ടിയേയും വാങ്ങും.'' അമ്മ കണ്ണനെ ചേർത്തുപിടിച്ചുകൊണ്ട് പറഞ്ഞു.

''പക്ഷേ, അതും തീട്ടം തിന്നാൽ നമ്മൾ എന്തുചെയ്യും. എല്ലാവരുടെ വീട്ടിലും കക്കൂസുണ്ടായാൽ മതിയായിരുന്നു.'' കണ്ണൻ ഗൗരവത്തിലാണ് പറഞ്ഞത്.

അതുകേട്ടപ്പോൾ ചേച്ചി ഉറക്കെ ചിരിച്ചു. കറുമ്പിയെ കൊണ്ടുപോയശേഷം ആ വീട്ടിൽ ആദ്യമായി ചിരിയുടെ ശബ്ദം ഉയർന്നു.

അത്താഴത്തിന് അമ്മ മോരുകറി വിളമ്പിയപ്പോൾ അച്ഛൻ പറഞ്ഞ കാര്യം കണ്ണന് ഓർമ്മവന്നു. കറുമ്പിയുടെ മോരുകൊണ്ടുണ്ടാക്കിയ കറി ഇനിയും കഴിക്കണ്ടി വരില്ല എന്ന് അറിയാമെങ്കിലും ചോറുരുട്ടിയപ്പോൾ അത് കഴിക്കാതെ അവൻ മടിച്ചിരുന്നു.

''നീ എന്താ കഴിക്കാത്തത്...?'' ചേച്ചി ചോദിച്ചു.

മനസ്സിൽ ചിന്തിച്ച കാര്യം അവൻ പറഞ്ഞില്ല. മറ്റുള്ളവരെല്ലാം അത് മറന്നിരിക്കുമ്പോൾ ആരെയും അത് ഓർമ്മപ്പിക്കണ്ടെന്ന് വിചാരിച്ച് പ്രയാസപ്പെട്ടാണ് അവൻ ചോറുണ്ടത്. അന്ന് ഉറങ്ങാൻ കിടന്നപ്പോഴും കാളക്കുട്ടനെക്കുറിച്ചാണ് കണ്ണൻ ചിന്തിച്ചത്.

നെയ്പ്പായസം

രണ്ടു മൂന്നു ദിവസം കഴിഞ്ഞപ്പോൾ കറുമ്പിയെ വീട്ടിലുള്ള എല്ലാവരും മറന്നു. എന്നാൽ കളപ്പുരയിലിൽ കയറുമ്പോൾ കാളക്കുട്ടനെ കണ്ണന് ഓർമ്മവരും.

രാവിലെ കണ്ണൻ ഉണർന്നത് ആരുടെയോ സംസാരം കേട്ടുകൊണ്ടാണ്. കണ്ണുതിരുമി മുറ്റത്തേക്കുവന്നപ്പോൾ കണി കണ്ടത് വല്യമ്മാമയുടെ കാര്യസ്ഥനെയാണ്. കറുമ്പിയുടെ കാര്യമാണ് അയാൾ അച്ഛനോട് സംസാരിക്കുന്നത്.

''പശുവിനെ രണ്ടുമൂന്നു ദിവസമായിട്ടും കറക്കാൻ കഴിഞ്ഞിട്ടില്ല. വല്ലാത്തൊരു മൂശ്ശേട്ട. ഇന്നലെ കാരണോര് കറക്കാൻ നോക്കി തൊഴി കിട്ടി. കൈക്ക് പൊട്ടലുണ്ടോന്ന് സംശയമുണ്ട്. കുരുക്കളെ കാണിച്ച് കയ്യ് കെട്ടി വീട്ടിലിരിക്ക്യാ. നീ ചെന്ന് ഒന്നു കറന്നു കൊടുക്കാൻ പറഞ്ഞു.'' വേലുക്കുട്ടി പറഞ്ഞു.

''അതിന് വേറെ ആരെയെങ്കിലും നോക്കിയാ മതി. ഗോവിന്ദേട്ടനെ കിട്ടില്ല. കണ്ണിൽ ചോരയില്ലാത്ത... ഞാനൊന്നും പറേന്നില്ല... അമ്മാവനാണുപോലും...'' അമ്മ മനസ്സിൽ നിറഞ്ഞുകിടന്ന ദേഷ്യം അതേ രൂപത്തിലാണ് പ്രകടിപ്പിച്ചത്.

''ഭാനൂ...'' അച്ഛൻ നീട്ടിവിളിച്ചു. ആ വിളിയിൽ അമ്മാവനോടുള്ള ദേഷ്യംകൂടി ഉണ്ടെന്ന് കണ്ണനു തോന്നി.

അമ്മ അടുക്കളയിലേക്കു കയറിപ്പോയി. വേലുക്കുട്ടി ഒന്നും പറയാതെ മുറ്റത്തുതന്നെ നിന്നു. അയാളോട് കണ്ണനും ദേഷ്യം തോന്നി.

''അതിന്റെ കാല് കെട്ടിയിട്ട് കറക്കാൻ അമ്മാവനോടു പറഞ്ഞാ മതി. വീടുമാറിയാൽ ചില പശുക്കള് കറക്കാൻ സമ്മതിക്കില്ല.'' അച്ഛൻ പറഞ്ഞു.

''അപ്പോ നീ വരില്ലന്നു പറയാമല്ലോ?'' വേലുക്കുട്ടി ചോദിച്ചു.

''ഇല്ല.'' അടുക്കളയിൽനിന്ന് പുറത്തേക്കുവന്നു അമ്മ പറഞ്ഞു.

അച്ഛൻ ഒന്നും പറയാതെ നിന്നപ്പോൾ കാര്യസ്ഥൻ ഒന്നും പറയാതെ ഇറങ്ങിപ്പോയി. അമ്മ ദേഷ്യപ്പെട്ട് സംസാരിക്കുമ്പോൾ അച്ഛൻ അപ്പോൾ അമ്മയോട് സംസാരിക്കില്ല. അമ്മയുടെ ദേഷ്യം അടങ്ങിക്കഴിയുമ്പോൾ അതേക്കുറിച്ച് പറഞ്ഞ് അമ്മയെ അച്ഛൻതന്നെ ആശ്വസിപ്പിക്കുന്നത് കണ്ണൻ കണ്ടിട്ടുണ്ട്.

സരസ്വതിചേച്ചി ഗോപിയേട്ടനോട് വഴക്കടിച്ചിട്ട് വീട്ടിൽവന്നിരുന്നു കരയുന്നത് കണ്ണൻ കണ്ടിട്ടുണ്ട്. 'ദേഷ്യത്തെ ദേഷ്യംകൊണ്ടല്ല നേരിടേണ്ടത്. വാക്കുകൾകൊണ്ട് പോരടിക്കുന്നത് ആയുധം കൊണ്ട് പോരടിക്കുന്നതിനേക്കാൾ അപകടമാണ്.' അച്ഛൻ ഒരിക്കൽ സരസ്വതിചേച്ചിയോട് പറയുന്നത് കണ്ണൻ കേട്ടിട്ടുണ്ട്.

രാമായണവും ഭാഗവതവും നന്നായി മനസ്സിലാക്കി എല്ലാ ദിവസവും അത് വായിക്കുന്നതുകൊണ്ടാണ് അച്ഛന് ദേഷ്യത്തെ നിയന്ത്രിക്കാൻ കഴിയുന്നതെന്ന് സരസ്വതിചേച്ചി അമ്മയോട് പറയുന്നതും കണ്ണൻ കേട്ടിട്ടുണ്ട്.

അന്നു വൈകുന്നേരം സ്കൂൾ വിട്ട് വീട്ടിൽ വന്നപ്പോൾ ചായപ്പീടികയിലെ നാരായണേട്ടന്റെ ഭാര്യ അമ്മയോട് അടക്കിയ ശബ്ദത്തിൽ എന്തോ സംസാരിക്കുന്നത് കണ്ണൻ കണ്ടു. അവനെ കണ്ടതും അവർ സംസാരം മതിയാക്കി.

''ഭാനുവേച്ചീ, രണ്ടുമൂന്നു തേങ്ങ ഉണ്ടാവുമോ? ദോശയ്ക്ക് ചട്ണി അരയ്ക്കാനാ. ഇളയ തേങ്ങ ഉണ്ടെങ്കിൽ നന്നായിരുന്നു.'' അവർ അമ്മയോടു ചോദിച്ച് പെട്ടെന്ന് വിഷയം മാറ്റി. എങ്കിലും അവർ സംസാരിച്ചത് കറുമ്പിയെക്കുറിച്ചാണെന്നു അവൻ സംശയിച്ചു.

അത്യാവശ്യ സന്ദർഭത്തിലേ നാരായണേട്ടൻ തേങ്ങയ്ക്ക് വീട്ടിലേക്ക് ആളെ വിടൂ. നാളികേരം ഇട്ടത് ഇല്ലെങ്കിലും അച്ഛൻ അപ്പോൾത്തന്നെ തെങ്ങിൽകയറി ഇട്ടുകൊടുക്കും.

അമ്മ അപ്പോൾത്തന്നെ രണ്ടുമൂന്നു നാളികേരം അവർക്കു പൊളിച്ചു കോടുത്തു. നാളികേരത്തിന്റെ വില നിശ്ചയിക്കുന്നത് അച്ഛനാണ്. ഏതു തെങ്ങിലെ തേങ്ങയാണ് കൊടുത്തതെന്നു പറഞ്ഞാൽ തേങ്ങ കാണാതെ അച്ഛൻ അതിന്റെ വലിപ്പം മനസ്സിലാക്കി വില നിശ്ചയിക്കും.

വീട്ടുപറമ്പിൽ നിൽക്കുന്ന മിക്ക തെങ്ങുകൾക്കും പ്ലാവുകൾക്കും മാവുകൾക്കും ഓരോ പേരുണ്ട്. അച്ഛന്റെ അമ്മ വച്ചുപിടിപ്പിച്ചതാണ് പറമ്പിലെ മരങ്ങളെല്ലാം എന്ന് അച്ഛൻ പറഞ്ഞ് കണ്ണനറിയാം. വളഞ്ഞതെങ്ങ്, മണ്ടൻതെങ്ങ്, ചെന്തെങ്ങ്, കാളിത്തെങ്ങ്, മണ്ണാൻതെങ്ങ്, മൂലത്തെങ്ങ്, കൊടിത്തെങ്ങ് അങ്ങനെ ഓരോ പേരുകൾ. അതുപോലെ എരിശ്ശേരിപ്ലാവ്, തേൻവരിക്ക, നടുവൊടിയൻ, കാക്കാരിശ്ശി,

കയ്പൻ, അരവരിക്ക, ഉണ്ടപ്ലാവ്, നെടുമ്പൻ, അമ്മച്ചിപ്ലാവ് അങ്ങനെ ഓരോ പേരുകൾ പ്ലാവിനുമുണ്ട്. ആരാണ് പ്ലാവുകൾക്ക് പേരിട്ടതെന്നു അവനറിയില്ല. മാവുകൾക്ക് പേരിടുന്നത് സ്വാഭാവികമാണ്. കർപ്പൂര മാവ്, കിളിച്ചുണ്ടൻമാവ്, കരട്ടിമാവ്, മൈലാപ്പുമാവ്, കപ്പമാവ്, മൂവാണ്ടൻ, പുളിച്ചിമാവ്, കോമാവ്, അങ്ങനെ അതിന്റെ രുചിക്കനുസരിച്ച് പേരുണ്ട്.

ഫലവൃക്ഷങ്ങൾ അച്ഛന് ഇഷ്ടമാണ്. അതുകൊണ്ട് തനിയെ കിളിർത്തതിനെപ്പോലും അച്ഛൻ സംരക്ഷിക്കും. പറമ്പിൽ എല്ലാ വൃക്ഷങ്ങളും ഇടചേർന്ന് നിന്നിരുന്നു. എന്നാൽ കാട് പിടിക്കാതെ അതിനിടയ്ക്ക് കൃഷിചെയ്യാൻ പറ്റിയ വിധത്തിലുള്ള ഓരോരോ കൃഷിയും ചെയ്യും. ഒരിഞ്ചു ഭൂമിപോലും പാഴാക്കാതെയാണ് അച്ഛൻ കൃഷി ചെയ്യുന്നത്.

‘‘അമ്മാവൻ കറുമ്പിയെ അറവുകാരൻ ഹനീഫയ്ക്ക് വിറ്റ വിവരം അറിഞ്ഞില്ലേ?’’

സന്ധ്യസമയത്ത് ഉമ്മറത്തെ വരാന്തയിലിരുന്ന് പലതും സംസാരിച്ച കൂട്ടത്തിൽ അമ്മ അച്ഛനോട് ചോദിച്ചു. നാരായണേട്ടന്റെ ഭാര്യ പറഞ്ഞാണ് അമ്മ അറിഞ്ഞതെന്ന് അവൻ ഊഹിച്ചു.

‘‘ഇല്ല...’’

‘‘ചന്തയിൽ കൊണ്ടുപോയി കൊടുക്കാതെ കുറഞ്ഞ വിലയ്ക്ക് കൊടുത്തു എന്നാ കേട്ടത്.’’ അമ്മ പറഞ്ഞു.

ഹനീഫയ്ക്ക് കറുമ്പിയെ കൊടുത്തു എന്നു കേട്ടപ്പോൾ അച്ഛൻ തല കുനിച്ചിരുന്നത് കണ്ണൻ ശ്രദ്ധിച്ചു. കറുമ്പി കാലുകൊണ്ട് തൊഴിച്ച്, കൈക്ക് പരിക്കു പറ്റിയ ദേഷ്യത്തിന് കിട്ടിയ വിലയ്ക്ക് കൊടുത്തതാവുമെന്ന് ഊഹിച്ചു. ഇറച്ചിവെട്ടുകാരന് കറുമ്പിയെ കൊടുത്തെന്നു കേട്ടപ്പോൾ കണ്ണനും സങ്കടം വന്നു.

‘‘അറവുകാരനാണെങ്കിലും ഹനീഫ കറവപ്പശുവിനെ അറക്കുമെന്ന് തോന്നുന്നില്ല. അയാൾ നല്ല വിലയ്ക്ക് വേറെ ആർക്കെങ്കിലും വിറ്റിട്ടുണ്ടാവും’’ അച്ഛൻ പറഞ്ഞു.

അത് കേട്ടപ്പോൾ കണ്ണന് സമാധാനമായി. അവൻ ഒന്നും പറയാതെ അമ്മയും അച്ഛനും പറയുന്നതുകേട്ടുകൊണ്ട് അവരുടെ ഇടയിലിരുന്നു.

‘‘കറുമ്പിയുടെ പാല് കുടിക്കാനുള്ള യോഗം അയാൾക്കുണ്ടായില്ലല്ലോ. നന്നായി. അതിനെ വിൽക്കും എന്നറിഞ്ഞിരുന്നെങ്കിൽ നമ്മൾക്കുതന്നെ വാങ്ങാമായിരുന്നു.’’ അമ്മ പറഞ്ഞു.

* * * * * *

‘‘**ന**മുക്ക് നന്ദിനിയില്ലേ അതുമതി. ചന്തയിൽ വിൽക്കാൻ കൊണ്ടുവന്ന പശുക്കളൊന്നും നന്ദിനിയോടൊപ്പം വരില്ല...’’ പശുവിനെ വാങ്ങാൻ രണ്ടു ചന്തയ്ക്കു പോയിട്ടും മനസ്സിനിണങ്ങിയ ഒന്നിനെ കിട്ടാത്തതു കൊണ്ട് അച്ഛൻ പറഞ്ഞു.

അമ്മ ഒന്നും പറയാതെ മിണ്ടാതിരുന്നു. അച്ഛൻ പറഞ്ഞാൽ കണ്ണൻ ഒന്നും എതിർത്ത് പറയില്ല. അച്ഛൻ ചെയ്യുന്നതെല്ലാം വളരെ ആലോചിച്ചിട്ടാണെന്ന് കണ്ണനറിയാം.

‘‘നന്ദിനിയെ ആറുമാസം കഴിഞ്ഞാൽ ചവിട്ടിക്കാം. വാശിപിടിച്ച് വാങ്ങിയിട്ട് പാലില്ലാത്തതാണെങ്കിൽ എന്തുകാര്യം. കറുമ്പിയുടെ ഇരട്ടിപ്പാല് നന്ദിനി നമുക്കു തരും. കുറച്ച് കാത്തിരിക്കണമെന്നല്ലേ യുള്ളൂ.’’ അച്ഛൻ പറഞ്ഞു.

അപ്പോഴും അച്ഛൻ പറഞ്ഞത് ശരിയാണെന്നോ തെറ്റാണെന്നോ അമ്മ പറഞ്ഞില്ല. കറുമ്പിയോട് വെറുപ്പുണ്ടാവാൻവേണ്ടിയാവും കറുമ്പി ഊളൻപറമ്പിലെ വൃത്തികേട് തിന്നുന്ന കാര്യം അച്ഛൻ പറഞ്ഞതെന്ന കണ്ണന്റെ സംശയം മനസ്സിൽനിന്നു പോയില്ല.

പിറ്റേദിവസം സ്കൂൾവിട്ടുവന്ന് അടുക്കളയിൽ കയറിയപ്പോൾ അമ്മ പായസം വയ്ക്കുന്ന തിരക്കിലായിരുന്നു. എന്താണ് വിശേഷമെന്ന് അവന് മനസ്സിലായില്ല.

‘‘ഇന്ന് അച്ഛന്റെ ജന്മനാളാ.’’ അമ്മ പറഞ്ഞു.

അച്ഛന്റെ പിറന്നാൾ കഴിഞ്ഞവർഷം ആഘോഷിച്ചതായി കണ്ണന് ഓർമ്മ വന്നില്ല. പായസം അടുപ്പിൽനിന്ന് വാങ്ങിവയ്ക്കുന്നതുവരെ അവൻ അടുക്കളയിൽത്തന്നെ നിന്നു. പായസത്തിൽ തേങ്ങ വറു ത്തിടാൻ, ഉരുക്കി അരിച്ചെടുത്ത് ഭരണിയിൽ ഭദ്രമായി കെട്ടിവച്ച നെയ്യാണ് അമ്മ എടുത്തത്. ഭരണിയുടെ കെട്ടഴിച്ച് അടപ്പ് മാറ്റി വച്ചപ്പോൾ കണ്ണൻ അതിലേക്ക് സൂക്ഷിച്ചുനോക്കി. അപ്പോൾ അവന് അറപ്പുതോന്നി. ഇളം മഞ്ഞനിറമുള്ള നെയ്യ്, സ്പൂണിൽ കോരിയെ ടുത്ത് അടുപ്പത്തുവച്ച ചെറിയ ഓട്ടുരുളിയിലേക്കൊഴിച്ച്, അതിൽ കൊട്ടതേങ്ങ ചെറുതായി അരിഞ്ഞുവച്ചത് ഇട്ടപ്പോൾ കണ്ണന് ഓർമ്മവന്നത് ഊളൻപറമ്പായിരുന്നു.

‘‘ചേച്ചീ, പായസത്തിൽ തേങ്ങ വറുത്തെടുത്തത് കറുമ്പിയുടെ നെയ്യിലാ.’’ ഉമ്മറത്തെ തിണ്ണയിലിരുന്ന് എല്ലാവരും പായസം സന്തോ ഷത്തോടെ കുടിച്ചുകൊണ്ടിരിക്കുമ്പോൾ കണ്ണൻ പറഞ്ഞു.

‘‘അതിനെന്താ...’’ ചേച്ചി ഗൗരവത്തിലാണ് ചോദിച്ചത്.

അച്ഛൻ പറഞ്ഞകാര്യം ചേച്ചി മറന്നെന്ന് കണ്ണന് മനസ്സിലായി.

അമ്മ കണ്ണനെനോക്കി കണ്ണിറുക്കി ചിരിച്ചു. അമ്മയ്ക്ക് കാര്യം മനസ്സിലായിയെന്ന് കണ്ണൻ ഊഹിച്ചു.

''നന്ദിനി പ്രസവിക്കുമ്പോഴും അതിനെ കൊണ്ടുപോകാനും വല്യമ്മാമ വരുമോ?'' കണ്ണൻ ചോദിച്ചു.

''ഏയ്, ഇപ്പോത്തന്നെ അങ്ങേര് നാണം കെട്ടിട്ടുണ്ട്. ഇവിടുന്ന് പശുവിനെ അടിച്ചിറക്കിക്കൊണ്ടുപോയതിന് അയാളെ പലരും കുറ്റം പറയുന്നുണ്ടെന്ന് നാരായണൻ പറഞ്ഞു.'' അച്ഛൻ പറഞ്ഞു.

''നമ്മള് വളർത്തി വലുതാക്കിയ പശുവിനെ എന്തിനാ വല്യമ്മാമയ്ക്ക് കൊടുത്തത്?'' കണ്ണൻ ചോദിച്ചു.

''അത് നിന്റെ അച്ഛൻ ഏറ്റുവാങ്ങിയ കുട്ടിയല്ലേ?'' അമ്മ പറഞ്ഞു.

''ഏറ്റുവാങ്ങിയതോ...? അതെന്താ...?'' അമ്മ പറഞ്ഞത് മനസ്സിലാകാതെ അവൻ ചോദിച്ചു.

''പശുവിനെ ഏറ്റെടുത്ത് വളർത്തുന്നത് പണ്ടേ നാട്ടിൽ പതിവുള്ളതാ. പശുക്കുട്ടിയെ വില കൊടുത്ത് വാങ്ങാൻ നിവർത്തിയില്ലാത്തവരാ ഏറ്റെടുക്കുന്നത്. പശുക്കുട്ടിയെ എറ്റെടുത്താൽ അതിനെ വളർത്തി പശുവാക്കി ആദ്യ പ്രസവം കഴിഞ്ഞ്, വീണ്ടും ഗർഭിണിയാക്കി പ്രസവിക്കുന്നതിന് ഒരു മാസം മുമ്പ് ആരിൽനിന്നാണോ അതിനെ വാങ്ങിയത്, അയാൾക്ക് തിരികെ കൊടുക്കണം. ആദ്യ പ്രസവത്തിലെ കുട്ടിയെ കൊടുക്കണ്ട ആവശ്യമില്ല.'' അച്ഛൻ പറഞ്ഞു.

''ആദ്യ പ്രസവത്തിലെ പാലും കുട്ടിയും പശുവിനെ വളർത്തിയ ആളിനുള്ളതാ. പശുവിന്റെ ഉടമസ്ഥൻ പശുവിനെ തന്ന ആളാണ്. വളർത്തിയ ആളല്ല.'' അമ്മ പറഞ്ഞു.

''ഇതാണോ ഏറ്റെടുക്കുക എന്ന നാട്ടാചാരം?'' ചേച്ചി ചോദിച്ചു.

''അച്ഛന്റെ അമ്മാവനായതുകൊണ്ട് സൗജന്യമായി കറുമ്പിയെ നൽകിയതാണെന്നാ കരുതിയത്.'' അമ്മ പറഞ്ഞു.

''കറുമ്പിയെ കൊണ്ടുപോയത് എന്തുകൊണ്ടാണെന്ന് ഇപ്പോ മനസ്സിലായില്ലേ.'' അച്ഛൻ ചോദിച്ചു.

പൂർണ്ണമായും മനസ്സിലായില്ലെങ്കിലും അവൻ തലയാട്ടി.

''നന്ദിനിയെ കൊണ്ടുപോവില്ലല്ലോ?'' കണ്ണൻ ചോദിച്ചു.

''ഏയ്, അതിന് അയാൾക്ക് അവകാശമില്ല.'' അമ്മ പറഞ്ഞു.

വല്യമ്മാമയെ അയാൾ എന്നു വിളിച്ചത് അച്ഛന് ഇഷ്ടമായില്ലെന്ന്, അച്ഛൻ അമ്മയെ രൂക്ഷമായി നോക്കിയപ്പോൾ കണ്ണന് മനസ്സിലായി. എങ്കിലും അമ്മയുടെ പക്ഷത്തായിരുന്നു കണ്ണൻ.

ഗ്രാമസേവകൻ

പറമ്പിൽനിന്ന് ആഴത്തിൽ കിളച്ചെടുത്ത വളമില്ലാത്ത മണ്ണ് അച്ഛൻ മുറ്റത്തു കൊണ്ടിട്ടപ്പോൾ രണ്ടുമൂന്നു ദിവസത്തിനകം മുറ്റമൊരുക്കൽ ഉണ്ടാവുമെന്ന് കണ്ണൻ ഊഹിച്ചു.

''വൃശ്ചികമാസം കഴിഞ്ഞതല്ലേയുള്ളൂ. മഴവന്നാൽ...?'' അമ്മ പറഞ്ഞു.

''ഏയ്, ഇനി കാര്യമായി മഴപെയ്യില്ല. മുറ്റം ഒരുക്കുന്നതിന് മുമ്പ്, ചുറ്റുമുള്ള തിട്ട ഒരുക്കാം. മുറ്റമൊരുക്കാൻ കൃഷ്ണന്റേയും ഗോപി യുടെയും സൗകര്യംകൂടി നോക്കണം.'' അച്ഛൻ പറഞ്ഞു.

മുറ്റം ഒരുക്കലും ഓലപ്പുര മേയുന്നതും വർഷത്തിൽ ഒരിക്കൽ മാത്രം നടക്കുന്ന കാര്യമാണെന്ന് കണ്ണനറിയാം. അടുത്തുള്ള വീടു കളിലെ ആണുങ്ങൾ പരസ്പരം സഹായിച്ചിട്ടാണ് അത് ചെയ്യുന്നത്. അന്ന് പായസം ഉൾപ്പടെ ഭക്ഷണം ഉണ്ടാവും. കൂലി ആർക്കും പതിവില്ല. കൃഷ്ണേട്ടന്റെയും ഗോപിയേട്ടന്റെയും വീട്ടിലെ മുറ്റമൊരുക്കുന്ന തിനും പുര മേയുന്നതിനും അച്ഛനും പോകാറുണ്ട്. മുറ്റത്തിനു ചുറ്റു മുള്ള തിട്ട ഒരുക്കുന്നത് അച്ഛൻ തനിച്ചാണ്. തിട്ട ഒരുക്കിയാൽ ചാണകംകൊണ്ട് തളിക്കേണ്ട പണി അമ്മയ്ക്കുള്ളതാണ്.

മകരമാസത്തിൽ നിലംകൊയ്ത കറ്റകൾ കൊണ്ടുവന്ന് മെതിക്കു ന്നത് മുറ്റത്തിട്ടാണ്. ചിങ്ങത്തിൽ മഴ പെയ്യുന്നതുകൊണ്ട് കൊയ്ത കറ്റകൾക്ക് നനവുണ്ടാവും. അത് കളപ്പുരയിലിട്ട് കാലുകൊണ്ട് ചവിട്ടി മെതിച്ചാണ് നെല്ല് വേർപെടുത്തുന്നത്. തിട്ടയൊരുക്കുന്നതിനായി ചെറിയ നിലംതല്ലി മുറ്റത്തെ വരാന്തയിലിരിക്കുന്നതു കണ്ടപ്പോൾ കണ്ണൻ അതെടുത്ത് പരിശോധിച്ചു. അടുക്കളയിൽ അമ്മയെ ചേച്ചി സഹായിക്കുമ്പോൾ, അച്ഛനെ സഹായിക്കാൻ പണിയെടുക്കുന്നിടത്ത് കണ്ണനും ഉണ്ടാവും.

''ചെറിയ നിലംതല്ലിയാണെങ്കിലും പിടി വലുതാണല്ലോ, അച്ഛാ.'' കണ്ണൻ ചോദിച്ചു.

''നാലഞ്ചുവർഷം നിലം തല്ലിയിട്ടാ അത് ചെറുതായത്. നിലത്ത് തല്ലുമ്പോൾ തറയിൽ കൊള്ളുന്ന ഭാഗമല്ലേ തേയുന്നത്. പിടിക്കുന്ന ഭാഗം നിലത്ത് കൊള്ളുന്നില്ലല്ലോ. അങ്ങനാ അത് ചെറുതാവുന്നത്.'' അച്ഛൻ പറഞ്ഞു.

''അച്ഛനും മോനുംകൂടി എന്താ രാവിലെ പണി?'' പ്രസാദേട്ടൻ ചിരിച്ചുകൊണ്ട് മുറ്റത്തേക്കു കയറുമ്പോൾ ചോദിച്ചു.

''പ്രസാദിന് സർക്കാർ ജോലികിട്ടിയ കാര്യം അറിഞ്ഞു.'' അച്ഛൻ പറഞ്ഞു.

''നമ്മുടെ പഞ്ചായത്തിൽത്തന്നെയാ, ഗ്രാമസേവകനായിട്ടാ.'' പ്രസാദേട്ടൻ പറഞ്ഞു.

''രാമകൃഷ്ണന് പശുവിനെ വാങ്ങാൻ സർക്കാരിന്ന് പൈസ വാങ്ങിക്കൊടുത്തത് പ്രസാദാണെന്ന് അയാൾ പറഞ്ഞിരുന്നു. കൂട്ടത്തിലുള്ളവരെയും സഹായിക്കാൻ മറക്കണ്ട.'' പ്രസാദേട്ടനെ കണ്ടപ്പോൾ അടുക്കളയിൽനിന്ന് മുറ്റത്തേക്ക് വന്ന് അമ്മ പറഞ്ഞു.

''സർക്കാർ ജോലികിട്ടിയാൽ ജഡ്ജിമാരേപ്പോലെ സത്യസന്ധരായിട്ടേ പ്രവൃത്തിക്കാവൂ. സ്വന്തക്കാരെയും കൂട്ടുകാരെയുമൊക്കെ ചട്ടവിരുദ്ധമായി സഹായിക്കുന്നത് അനീതിയാ...'' അച്ഛൻ ചിരിച്ചുകൊണ്ടു പറഞ്ഞു.

''ഓ... ഒരു നീതിമാൻ. '' അമ്മ അച്ഛനെ കളിയാക്കിക്കൊണ്ട് പറഞ്ഞു.

''പ്രസാദിന് ഒരു കട്ടൻ ചായ ഉണ്ടാക്ക്.'' അച്ഛൻ അമ്മയോടു പറഞ്ഞു.

''ഇവിടുത്തെ പശുവിനെ വല്യമ്മാമ കൊണ്ടുപോയത് പ്രസാദ് അറിഞ്ഞില്ലേ?'' അമ്മ പരിഭവത്തോടെ പറഞ്ഞു.

''അറിഞ്ഞു. അതുകൊണ്ടാ ഇപ്പോ ഞാനിവിടെ വന്നത്. നമ്മുടെ പഞ്ചായത്തിലെ അൻപത് ആളുകൾക്ക് പശുവിനെ വാങ്ങാനും തൊഴുത്തു ഉണ്ടാക്കാനുമുള്ള ഫണ്ട് വന്നിട്ടുണ്ട്. അതിലൊരാളായി ഞാൻ കണ്ടിട്ടുള്ളത് ഗോവിന്ദേട്ടനെയാ. ബന്ധുവായതുകൊണ്ടൊന്നുമല്ല. അർഹിക്കുന്നതുകൊണ്ടാ...''

പ്രസാദേട്ടൻ പറഞ്ഞതുകേട്ട് സന്തോഷത്തോടാണ് അമ്മ അടുക്കളയിലേക്കു പോയത്.

''പശുവിനെ വാങ്ങി അതിനെ കാണിച്ചിട്ടല്ലേ ധനസഹായം കിട്ടൂ? അല്ലാതെ ആദ്യം പണം കിട്ടില്ലല്ലോ. കടം വാങ്ങി പശുവിനെ വാങ്ങാനൊന്നും എനിക്ക് വയ്യ പ്രസാദേ.'' അച്ഛൻ പറഞ്ഞു.

''പറമ്പില് ഒരു പശുവനെ ഞാൻ കണ്ടല്ലോ. അത് ഇവിടുത്തെ പശുവല്ലേ...?''

''അത്, കുട്ടിയല്ലേ? അതു മതിയെങ്കി...''

''അതു മതി. അതു കുട്ടിയൊന്നുമല്ല. പശു ഉള്ള സ്ഥിതിക്ക് തൊഴുത്തുണ്ടാക്കാനുള്ള ധനസഹായത്തിന് അപേക്ഷിക്കാം. അതിനാ കൂടുതൽ പണമുള്ളത്. ഇവിടുത്തെ കളപ്പുരയ്ക്ക് കുറെ പഴക്കമില്ലേ? വേണ്ടതെല്ലാം ഞാൻ ചെയ്തോളാം. ഗോവിന്ദേട്ടൻ അതോർത്ത് പ്രയാസപ്പെടേണ്ട'' പ്രസാദ് പറഞ്ഞു.

''തറ കെട്ടാനുള്ള കല്ല് പറമ്പിൽത്തന്നെ ഉണ്ട്. പക്ഷേ, കഴുക്കോലിനും ഉത്തരത്തിനുമൊക്കെ നല്ല മരം വേണ്ടേ..?'' അച്ഛൻ ചോദിച്ചു.

''ഒരു വലിയ വേങ്ങ പറമ്പിന്റെ മൂലയ്ക്ക് നിൽക്കുന്നുണ്ടല്ലേ. അത് മുറിച്ച് ഈർന്നെടുത്താൽ ആവശ്യത്തിനുള്ള തടി കിട്ടില്ലേ? ഗോവിന്ദേട്ടൻ ശങ്കു ആശാരിയെ വിളിച്ച് നേരം നോക്കി കുറ്റി അടിച്ച് പണി തുടങ്ങിക്കോ. ചിലവാക്കുന്ന പണത്തിന്റെ ഏതാണ്ട് പകുതിയോളം സർക്കാർ ധനസഹായം കിട്ടും. ഗോവിന്ദേട്ടൻ പേടിക്കണ്ട. അപേക്ഷിക്കേണ്ട ഫോം എന്റെ ബാഗിലുണ്ട്. ഒപ്പിട്ടു തന്നാ മതി. റേഷൻകാർഡിന്റെ നമ്പറും ആധാരത്തിന്റെ നമ്പറും വേണം.'' പ്രസാദേട്ടൻ പറഞ്ഞു.

നന്ദിനിക്ക് പുതിയ തൊഴുത്തുണ്ടാക്കുന്ന കാര്യം പറഞ്ഞപ്പോൾ കണ്ണനും സന്തോഷമായി.

''മുറ്റത്തുനിൽക്കാതെ നീ വരാന്തയിലേക്ക് കയറി ഇരിക്ക്. ഞാൻ കാലും കൈയുമൊന്നു കഴികീട്ടുവരാം.'' അച്ഛൻ പണിനിർത്തി കിണറ്റിനടുത്തേയക്കു പോയി.

''കണ്ണൻ രാവിലെ പഠിത്തത്തിലാണല്ലോ.'' കണ്ണന്റെ ദേഹത്ത് തട്ടിക്കൊണ്ട് പ്രസാദ് പറഞ്ഞു.

പ്രസാദേട്ടൻ വരാന്തയിൽ കയറി ബഞ്ചിലിരുന്ന് ബാഗിൽനിന്ന് കുറെ പേപ്പറുകൾ എടുത്ത് നോക്കുന്നത് കണ്ണൻ ശ്രദ്ധിച്ചു. അപ്പോൾ ചേച്ചിയും അവിടേക്കു വന്നു.

''എവിടെ ലക്ഷ്മി?'' കട്ടൻ ചായയുമായി അമ്മ വരാന്തയിലേക്കു വന്നപ്പോൾ പ്രസാദേട്ടൻ ചോദിച്ചു.

''അതാ...'' ചേച്ചി വരാന്തയിലേക്കു വന്നപ്പോൾ അമ്മ പറഞ്ഞു.

ചേച്ചി ചിരിച്ചതല്ലാതെ, ഒന്നും പറഞ്ഞില്ല. പ്രസാദേട്ടൻ കട്ടൻചായ ഊതി കുടിക്കുമ്പോൾ അതിന് ചൂടു കൂടുതലുണ്ടെന്ന് കണ്ണന് മനസ്സിലായി.

''പ്രസാദ് പറഞ്ഞതാ ശരി. കളപ്പുരയുടെ രണ്ടു കാല് മരത്തൂണിലല്ലേ നിൽക്കുന്നത്. നല്ലൊരു കാറ്റ് വന്നാൽ...?'' അമ്മ പറഞ്ഞു.

''നിന്റെ കരിനാക്കുകൊണ്ട്... നീ ഒന്ന് മിണ്ടാതിരിക്ക്...'' അച്ഛൻ പരുഷമായി അമ്മയെ നോക്കി പറഞ്ഞു.

''കണ്ണന് ചായ വേണ്ടേ?'' പ്രസാദേട്ടൻ ചോദിച്ചു.

''കട്ടൻ ചായ ഇഷ്ടമല്ല.'' അവൻ പറഞ്ഞു.

* * * * * *

ചായ കുടിച്ചശേഷം പറമ്പിലെ തെങ്ങിൽ കെട്ടിയിരുന്ന നന്ദിനിയുടെ അടുത്തേക്ക് അച്ഛനും പ്രസാദേട്ടനും പോയപ്പോൾ കണ്ണനും പിന്നാലെ പോയി.

''ഇതിന് രണ്ടു വയസ്സ് ആയിട്ടില്ല.'' നന്ദിനിയെ സൂക്ഷ്മമായി പ്രസാദേട്ടൻ നോക്കിയപ്പോൾ അച്ഛൻ പറഞ്ഞു.

''തൊഴുത്തിനല്ലേ നമ്മൾ അപേക്ഷ കൊടുക്കുന്നത്. അപ്പോ ഇതുമതി ഗോവിന്ദേട്ടാ. ഒരു പശു വേണമെന്നേയുള്ളൂ. ഇതിനെ നാലഞ്ചു മാസം കഴിഞ്ഞാ കുത്തിവയ്ക്കാം.'' പ്രസാദേട്ടൻ പറഞ്ഞു.

''ഇത് നമ്മുടെ, രാമട്ടന്റെ കാളയുടെ കുട്ടിയാ. ആ കാള ഇനത്തിലുള്ളതാ...''

''ഇതിനെ കാളേക്കൊണ്ട് ചവിട്ടിക്കേണ്ട. കുത്തിവച്ചാൽമതി.'' പ്രസാദ് പറഞ്ഞു.

''വല്യമ്മാവൻ എല്ലും തോലുമായ ഒരു കുട്ടിയെ തന്നിട്ട്...'' അമ്മ എന്തോ പറയാൻ തുടങ്ങി.

അമ്മ പറയുന്നത് എന്തെന്ന് കണ്ണൻ ഊഹിച്ചു. വല്യമ്മാമയെ കുറ്റപ്പെടുത്താൻ കിട്ടുന്ന ഒരവസരവും അമ്മ പാഴാക്കില്ലെന്ന് കണ്ണനറിയാം.

''ഭാനൂ...'' അച്ഛൻ നീട്ടി വിളിച്ചു. അമ്മാവൻ പശുവിനെ കൊണ്ടുപോയകാര്യം വിസ്തരിച്ച് പറയാൻ തുടങ്ങുകയാണെന്ന് മനസ്സിലാക്കി പെട്ടെന്ന് അച്ഛൻ വിലക്കി.

ആ നീട്ടിവിളിയുടെ അർത്ഥം മനസ്സിലായതുകൊണ്ടാവും പിന്നെ അമ്മ പിന്നീടൊന്നും പറഞ്ഞില്ല. അക്കാര്യം ആരോടും പറയണ്ടെന്ന് അച്ഛൻ പറഞ്ഞിട്ടുണ്ടെങ്കിലും പ്രയാസംകൊണ്ട് അമ്മ ആരെ കണ്ടാലും അക്കാര്യം പറയുന്നത് കണ്ണൻ കേട്ടിട്ടുണ്ട്.

‘‘അത്, ഞാനറിഞ്ഞു. ചേച്ചി, അത് മറന്നേക്ക്. ഗോവിന്ദേട്ടൻ ഇതിലെല്ലാം ഒപ്പിട്ടു തരണം.’’ പ്രസാദേട്ടൻ ബാഗിൽനിന്ന് ചില പേപ്പറുകൾ എടുത്ത് അച്ഛന്റെ നേരെ നീട്ടിക്കൊണ്ട് പറഞ്ഞു.

‘‘എന്നാ, നീ പറഞ്ഞതുപോലെ..’’ അച്ഛൻ ചിരിച്ചുകൊണ്ട് പേപ്പറുകൾ വാങ്ങി.

പ്രസാദേട്ടൻ നൽകിയ പേപ്പറുകൾ വായിക്കാതെ പറഞ്ഞ സ്ഥലത്തെല്ലാം അച്ഛൻ ഒപ്പിട്ടു കൊടുത്തു.

‘‘ഞാനിറങ്ങുന്നു.’’ പേപ്പറ് ബാഗിൽവച്ച് പ്രസാദേട്ടൻ ഇടവഴിയിലേക്കിറങ്ങി.

‘‘കൂടപ്പിറപ്പുകളോട് സ്നേഹമുള്ളവനാ. ’’ പ്രസാദേട്ടനെ നോക്കി അച്ഛൻ പറഞ്ഞു.

ശങ്കു ആശാരി

പുതുതായി ഉണ്ടാക്കുന്ന തൊഴുത്തിന്റെ സ്ഥാനം എവിടെ ആവണം എന്ന് നോക്കാൻ തെക്കു വശത്തേക്കു അച്ഛനും അമ്മയും പോയപ്പോൾ കണ്ണനും പിന്നാലെ പോയി. ഏതു കാര്യത്തിനും അച്ഛൻ, അമ്മയുടെ അഭിപ്രായംകൂടി കേൾക്കാറുണ്ട്. കിഴക്കുവശത്തെ പഴയ കളപ്പുര പൊളിക്കാതെ, തെക്കുവശത്ത് പുതിയത് ഉണ്ടാക്കുന്നതിനെക്കുറിച്ചാണ് അവർ സംസാരിച്ചത്.

''ആ മുരിങ്ങ മുറിക്കേണ്ടിവരില്ലേ?'' വലിയ മുരിങ്ങമരം നോക്കിക്കൊണ്ട് അച്ഛൻ പറഞ്ഞു.

''അത് എന്തായാലും മുറിക്കണ്ട. കുറച്ച് പടിഞ്ഞാറോട്ടായാല് എന്താ കുഴപ്പം?'' അമ്മ ചോദിച്ചു.

''മുരിങ്ങ മുറിക്കല്ലേ അച്ഛാ.'' അമ്മയെ പിൻതാങ്ങി കണ്ണൻ പറഞ്ഞു.

മുരിങ്ങയിലയും മുരിങ്ങക്കായും അതിൽ കണക്കറ്റ് ഉണ്ടാകാറുണ്ട്. വീട്ടിലെ ആവശ്യം കഴിഞ്ഞ് അയൽവീടുകളിലേക്കും മുരിങ്ങക്കായയും ഇലയും കൊടുക്കാൻ കണ്ണൻ പോകാറുണ്ട്. മുരിങ്ങക്കായ കൂടുതൽ ഉണ്ടാകുമ്പോൾ അച്ഛൻ ചന്തയിൽ കൊണ്ടുപോയി വിൽക്കാറുമുണ്ട്.

''തെക്ക് വശത്തെ തൊഴുത്ത് വീടിന് ഒരടിയെങ്കിലും മുന്നിലേക്ക് കയറി നിൽക്കണമെന്നാ കേട്ടിട്ടുള്ളത്.'' അച്ഛൻ പറഞ്ഞു.

''അത് ശങ്കു ആശാരി നോക്കിയിട്ടു പറയും.'' അമ്മ പറഞ്ഞു.

''പ്രസാദ് പറഞ്ഞെന്നു കരുതി സർക്കാരീന്ന് പൈസ ഉടൻ കിട്ടുമെന്ന് എനിക്ക് തോന്നുന്നില്ല. സർക്കാരീന്ന് സഹായം കിട്ടണമെങ്കിൽ ഉദ്യോഗസ്ഥന്മാരുടെ പിന്നാലെ കെട്ടിത്തിരിഞ്ഞു നടക്കണം.'' അച്ഛൻ പറഞ്ഞു.

''അതിന്റെ ആവശ്യമൊന്നുമില്ല. പ്രസാദ് അന്യനൊന്നുമല്ലല്ലോ.'' അമ്മ പറഞ്ഞു.

പിറ്റേദിവസം തന്നെ ശങ്കു ആശാരി എത്തി കളിയിലിന് കുറ്റിയടിച്ചു. മുരിങ്ങ മുറിക്കാതെതന്നെ സ്ഥാനം കണ്ടപ്പോൾ അമ്മയ്ക്കും അച്ഛനും സന്തോഷമായി. അച്ഛൻ മേശിരിക്ക് അപ്പോൾത്തന്നെ ദക്ഷിണയും കൊടുത്തു.

"തെക്കുവശത്തെ തൊഴുത്ത് കുറച്ച് കിഴക്കോട്ടു കയറി നിൽക്കണം. അതാ, അതിന്റെ ഒരു ശരി. എന്നാൽ അത് ഏതെങ്കിലും ഫലവൃക്ഷം മുറിച്ചാവരുത്." പല്ലെല്ലാം കൊഴിഞ്ഞ ശങ്കുമേശിരി നൂലുകൊണ്ട് കെട്ടിയിട്ട കണ്ണടയ്ക്കു മുകളിലൂടെ അച്ഛനെ നോക്കി പറഞ്ഞു.

"തൊഴുത്ത് കിഴക്കു വശത്തുവേണമെന്നും ഇനി അതല്ല, തെക്കു വശത്താണെങ്കിൽ വീടിന് മുന്നിലേക്ക് കയറി നിൽക്കണമെന്നു പറയുന്നത് എന്തുകൊണ്ടാണെന്നറിയാമോ?" അച്ഛൻ മേശിരിയോടു ചോദിച്ചു.

''പശുവും കാളകളും കുടുംബത്തിലെ അംഗങ്ങളാണ്. കയറിൽ കെട്ടിയിട്ടിരിക്കുന്ന അതിനെ കൺവെട്ടത്ത് കാണണം. അതുതന്നെ. അല്ലാതെന്ത്?'' ശങ്കുമേശിരി പറഞ്ഞു.

കുറ്റിയടിച്ച സ്ഥലത്തുനിന്ന ചീനി അച്ഛൻ അപ്പോൾ പിഴുതുമാറ്റി. നന്നായി പാകമായില്ലെങ്കിലും അതിൽ കിഴങ്ങുള്ളത് കണ്ണൻ കണ്ടു. ശങ്കുമേശിരി അച്ഛന്റെ അനുവാദം ചോദിക്കാതെ കുറച്ച് കിഴങ്ങെടുത്ത് മാറ്റിവച്ചു. അത് അയാൾക്ക് കൊണ്ടുപോകാനാണെന്ന് കണ്ണന് മനസ്സിലായി.

''ഇനി പണി തുടങ്ങാം.'' മേശിരി പറഞ്ഞു.

കട്ടൻ ചായയും ചീനി പുഴുങ്ങിയതും കഴിച്ചപ്പോൾ, ഉളിയും ചുറ്റികയും സൂക്ഷിക്കുന്ന തുണിസഞ്ചിയിലേക്ക് നേരത്തെ മാറ്റിവച്ച ചീനി, മേശിരി വാരിയട്ടു. സഞ്ചിയും തൂക്കി കൂനിക്കൂനി മേശിരി പടിയിറങ്ങുമ്പോൾ അയാളോട് കണ്ണന് സഹതാപം തോന്നി.

പടിഞ്ഞാറു വശത്തെ ഇടവഴി റോഡാക്കിയപ്പോൾ കയ്യാല കെട്ടിയ കല്ലുകൾ പറമ്പിൽ കൂട്ടിയിട്ടിരുന്നു. അച്ഛൻ ആ കല്ലുകളെല്ലാം തൊഴുത്തുണ്ടാക്കാൻ കുറ്റിയടിച്ചതിനു ചുറ്റും കൊണ്ടിടാൻ തുടങ്ങി.

''അല്ല ഗോവിന്ദേട്ടാ, നിങ്ങളുതന്നെ ഫൗണ്ടേഷൻ കെട്ടാൻ തീരുമാനിച്ചോ...?'' ഗോപിയേട്ടൻ വൈകിട്ട് വീട്ടിൽ വന്നപ്പോൾ അച്ഛനോടു ചോദിച്ചു.

''ദാമോദരൻ മേശിരിയോട് പറഞ്ഞിട്ടുണ്ട്. എല്ലാം ഒന്നടുപ്പിച്ചു വച്ചാൽ നാലഞ്ചു ദിവസംകൊണ്ട് പണി തീർക്കാമല്ലോ.'' അച്ഛൻ പറഞ്ഞു.

പിറ്റേദിവസം രാവിലെ വിറകുപുരയുടെ കഴിക്കോലിൽ തൂക്കിയിട്ട കുന്താലിയും മൻവെട്ടിയുമെടുത്ത് അതിന്റെ ആപ്പുകൾ അച്ഛൻ ഉറപ്പിക്കുന്നത് കണ്ണൻ കണ്ടു. കുറച്ചു കഴിഞ്ഞപ്പോൾ കൃഷ്ണേട്ടൻ വന്ന് കുന്താലിയുമെടുത്ത് തെക്കു വശത്തേക്കു പോയി.

രണ്ടു ദിവസം കൊണ്ട് അച്ഛനും കൃഷ്ണേട്ടനുംകൂടി തറയിടാനുള്ള ചാലു കീറി.

കണ്ണനും ചേച്ചിയും വരാന്തയിലിരുന്ന് കൊരണ്ടിയിൽ കുന്നിക്കുരു കളിക്കുമ്പോഴാണ് പ്രസാദേട്ടൻ വീട്ടിൽ വന്നത്. മുറ്റത്തുനിന്ന് കുറെനേരം പ്രസാദേട്ടൻ കളി നോക്കിനിന്നു.

ചുവപ്പുനിറമുള്ള കുന്നിക്കുരുവിന്റെ തലയിൽ കറുത്ത തൊപ്പി ഇട്ടതുപോലെയാണ് കറുത്ത ഭാഗം. കൊരണ്ടിയുടെ ഇരു വശങ്ങളിലുമായി ഒരേ വലിപ്പത്തിലുള്ള എട്ടു ചെറിയ കുഴികളും ഇരുതല

ഭാഗത്തും അല്പം വലിയ കുഴിയുമുള്ള കൊരണ്ടി, കലാപരമായി ട്ടാണ് പണിഞ്ഞിട്ടുള്ളത്. ശങ്കു മേശിരിയുടെ അപ്പൻ, അച്ഛന് കുട്ടി ക്കാലത്ത് പണിഞ്ഞു കൊടുത്തതാണ് ആ കൊരണ്ടിയെന്ന് അച്ഛൻ പറഞ്ഞ് കണ്ണൻ കേട്ടിട്ടുണ്ട്. പ്രസാദേട്ടനെ കണ്ടതും ചേച്ചി കളി മതിയാക്കി എഴുന്നേറ്റു.

''ആരാ ജയിച്ചത്?'' പ്രസാദേട്ടൻ ചോദിച്ചു.

''കളി കഴിഞ്ഞില്ല.'' കണ്ണൻ പറഞ്ഞു.

അച്ഛനെ വിളിക്കാൻ ചേച്ചി അകത്തേക്കു പോയി. പ്രസാദേട്ടൻ കളിയിലിൽ നിൽക്കുന്ന നന്ദിനിയുടെ അടുത്തേക്കു പോയപ്പോൾ കണ്ണനും പിന്നാലെ ചെന്നു. അയവിറക്കിക്കൊണ്ട് കിടന്ന നന്ദി നിയെ പ്രസാദേട്ടൻ തട്ടി എഴുന്നേൽപ്പിച്ചു. അപ്പോഴേക്കും അച്ഛൻ ഉണർന്നെഴുന്നേറ്റ് അവിടെയെത്തി.

''ഉച്ചയ്ക്കു കഞ്ഞികുടി കഴിഞ്ഞാൽ കുറച്ചുസമയം ഒന്നു മയങ്ങും.'' അച്ഛൻ പറഞ്ഞു.

''ഞാൻ വന്ന് ഗോവിന്ദേട്ടന്റെ ഉറക്കം കെടുത്തി.'' പ്രസാദ് ചിരിച്ചു കൊണ്ട് പറഞ്ഞു.

''നീ വന്നിട്ട് കുറെ നേരമായോ?''

''ഇപ്പോ വന്നിട്ടേയുള്ളൂ. പശുക്കുട്ടിയെ കുത്തിവയ്പ്പിക്കാനുള്ള സമയമായിട്ടുണ്ട്. അതിന് മാച്ച് പോയിട്ടുണ്ട്.'' പ്രസാദ് പറഞ്ഞു.

''ഞാൻ രാവിലെ കണ്ടു.'' അച്ഛൻ പറഞ്ഞു.

''ഇന്നോ നാളയാ കുത്തിവയ്ക്കുന്നതാ നല്ലത്. ഞാൻ കോട്ടയ്ക്കാട്ട് ജംഗ്ഷനിലേക്കാ പോകുന്നത്. അവിടെ കുത്തിവെയ്പ്പുനടത്തുന്ന രാമചന്ദ്രനെ കാണുന്നെങ്കിൽ ഇങ്ങോട്ടു പറഞ്ഞുവിടാം.'' പ്രസാദേട്ടൻ പറഞ്ഞു.

കുത്തിവയ്പ്പ് എന്തിനെന്ന് കണ്ണന് മനസ്സിലായില്ല. ഇന്നലെ രാത്രി നന്ദിനി ഉറക്കെ കരഞ്ഞത് കണ്ണൻ കേട്ടിരുന്നു. അച്ഛൻ രാത്രിയിൽ വൈക്കോൽ കൊടുക്കാത്തതുകൊണ്ട് വിശന്നിട്ടാവും എന്നാണ് കണ്ണൻ കരുതിയിത്.

പ്രസാദേട്ടൻ പോയപ്പോൾ ചേച്ചിയെ കുന്നിക്കുരു കളിക്കാൻ കണ്ണൻ വിളിച്ചു. ചേച്ചി കളിക്കാനില്ലെന്നു പറഞ്ഞപ്പോൾ അവൻ അമ്മയുടെ അനുവാദം വാങ്ങി മധുവിന്റെ വീട്ടിൽ കളിക്കാനായി പോകാൻ, ഇടവഴിയിലേക്കിറങ്ങി. ഇടവഴിയിലെ കയ്യാലപ്പുറത്തെ ചെടിയുടെ കൊമ്പിലിരുന്ന് ശബ്ദമുണ്ടാക്കുന്ന ഇരട്ടത്തലച്ചിയെ കണ്ണൻ ശ്രദ്ധിച്ചു. കുറെനേരം അതിനെ സൂക്ഷിച്ചുനോക്കിക്കൊണ്ട് അവൻ നിന്നു.

കരിയിലപ്പൊടികൊണ്ടുണ്ടാക്കിയ ഒരു തൂക്കുകട്ടിലിൽ പോലെയുള്ള കൂട്ടിൽനിന്ന് ഇരട്ടത്തലച്ചിയുടെ കുട്ടികളുടെ തലനീളുന്നത് അവൻ കണ്ടു. ആഹാരവുമായി വന്ന അമ്മക്കിളി അവനെ കണ്ടതും പറന്ന്, അപ്പുറത്തുള്ള കൊമ്പിൽ മാറിയിരുന്നത് അവൻ കണ്ടു.

കിളിക്കുഞ്ഞിനെ കാണാൻ അവൻ എത്തി എളിഞ്ഞുനോക്കി. കിളിക്കൂട്ടിൽ കൈയിട്ട് കുഞ്ഞിനെ എടുത്താലോ എന്ന് ആലോചിച്ചു.

'എന്റെ കുഞ്ഞുങ്ങളെ ഉപദ്രവിക്കല്ലേ...' കണ്ണനെ സശ്രദ്ധം നോക്കിക്കൊണ്ട് പറന്നുവന്ന അമ്മക്കിളി ഉണ്ടാക്കിയ വേറിട്ട ശബ്ദത്തിന്റെ അർത്ഥം അതാണെന്നു അവനു തോന്നി. പെട്ടെന്ന് മറ്റൊരു കിളി കൂടി എവിടെനിന്നോ അവിടേക്ക് പറന്നുവന്നു. കൂട്ടിലിരിക്കുന്ന കുഞ്ഞുങ്ങളുടെ അച്ഛനും അമ്മയുമണ് അതെന്നും അവരിൽ ഒരാൾ എപ്പോഴും കൂടിനടുത്ത് കാവലിരിക്കുന്നുണ്ടെന്നും അവൻ ഊഹിച്ചു. ആ കിളികളിൽ അച്ഛനും അമ്മയും ഏതെന്ന് തിരിച്ചറിയാൻ അവന് കഴിഞ്ഞില്ല.

കിളിക്കൂട്ടിൽനിന്നും ശ്രദ്ധ തങ്ങളിലേക്ക് ആകർഷിച്ച് കുഞ്ഞിനെ രക്ഷിക്കാൻ പാടുപെടുന്ന തള്ളക്കിളിയെ നോക്കിയപ്പോൾ അവന് ആ കിളിയോട് സഹതാപം തോന്നി. കാഞ്ഞാവിന്റെ തളിരില പറിച്ച് ചുരുട്ടി അത് ഊതി അവനും കിളിയെപ്പോലെ ശബ്ദമുണ്ടാക്കി. അതിൽ നിന്നുയർന്ന ശബ്ദം അകലെ നിന്നുപോലും കേൾക്കാവുന്ന ഒരു മനോഹരഗാനമായി അവന് തോന്നി. അവൻ വീണ്ടും വീണ്ടും ഊതി ശബ്ദമുണ്ടാക്കിക്കൊണ്ട് അല്പം അകലേയ്ക്ക് മാറി ആ കിളികളെത്തന്നെ നോക്കിനിന്നു.

ആ പക്ഷികളുടെ അടിവയറിന് അടിലായി ത്രികോണാകൃതിയിലുള്ള ചുട്ടി അവൻ ശ്രദ്ധിച്ചു. കണ്ണിനുതാഴെ കവിളിൽ ചുവന്ന ഒരു ചുട്ടിയും അതിന് അടിഭാഗത്തായി വെളുത്ത ഒരു ചുട്ടിയും പള്ളയുടെ ഭാഗത്ത് ഇളംതവിട്ടുനിറമുള്ള ഒരു മാലയുമാണ്, ഇരട്ടത്തലച്ചിയുടെ ലക്ഷണമെന്ന് അച്ഛൻ ഒരിക്കൽ പറഞ്ഞത് അവനോർത്തു. ഓരോ കിളിയെ കാണുമ്പോഴും ആ കിളിയുടെ പേര് അച്ഛനിൽനിന്ന് മനസ്സിലാക്കിയതുകൊണ്ട് പല കിളികളുടെയും പേരുകൾ അവന് അറിയാമായിരുന്നു. ഇരട്ടത്തലച്ചികൾ രണ്ടുതരമുണ്ടെന്ന് അച്ഛൻ പറഞ്ഞത് ഓർത്തപ്പോൾ ഇത് ഏത് ഇരട്ടത്തലച്ചിയാണെന്ന് അറിയാൻ അവൻ അതിനെത്തന്നെ വീണ്ടും നോക്കി.

കിളിക്കൂട് മധുവിന് കാണിച്ചുകൊടുത്താൽ അവൻ അതിലിരിക്കുന്ന കുഞ്ഞുങ്ങളെ അപ്പോൾത്തന്നെ പുറത്തെടുക്കുമെന്ന് അറിയാവുന്നതുകൊണ്ട് കിളിക്കൂടു കണ്ട കാര്യം അവനോടു പറയില്ലെന്ന് അവൻ തീരുമാനിച്ചു.

മധുവിന്റെ വീട്ടിൽനിന്ന് കളി കഴിഞ്ഞ് വീട്ടിലെത്തിയപ്പോൾ സൈക്കിളിൽ കെട്ടിവച്ച വലിയ അലുമിനിയം പാത്രവുമായി ഒരാൾ വീട്ടുമുറ്റത്തു നിൽക്കുന്നത് കണ്ണൻ കണ്ടു.

അയാളെക്കൂട്ടി, അച്ഛൻ നന്ദിനിയുടെ അടുത്തുപോയി. നന്ദിനിയെ അച്ഛനും അയാളുംകൂടി എന്താണ് ചെയ്യുന്നതെന്ന് കണ്ണൻ ശ്രദ്ധിച്ചുനോക്കി. സൈക്കിളിൽ കെട്ടിവച്ച പാത്രം അയാൾ തുറന്നപ്പോൾ പുറത്തേക്ക് പുക വരുന്നതുപോലെയായണ് നീരാവി വന്നത്. അതിനകത്തുനിന്നും ഒന്നര അടിയോളം നീളമുള്ള ഒരു കോൽ എടുത്ത് അയാൾ പശുവിന്റെ അടുത്തേക്കു പോയി. എന്താണ് ചെയ്യുന്നതെന്നു കാണാനായി കണ്ണനും അവരുടെ പിന്നാലെ ചെന്നു.

''പശുവിന് സൂചി വച്ചതാ.'' അയാൾ കണ്ണനോട് ചിരിച്ചുകൊണ്ട് പറഞ്ഞു.

സൂചി വച്ചശേഷം അയാളും അച്ഛനും കിണറ്റിനടുത്തുപോയി കൈ സോപ്പിട്ട് കഴുകി വന്നപ്പോഴേക്കും അമ്മ കട്ടൻചായ ഉണ്ടാക്കി വരാന്തയുടെ തിണ്ണയിൽ കൊണ്ടുവച്ചു.

* * * * * *

രണ്ടു മാസം കഴിഞ്ഞാണ് പ്രസാദേട്ടൻ വീണ്ടും വീട്ടിൽവന്നത്. രാവിലെ സ്കൂളിൽ പോകാനായി പുസ്തമൊക്കെ അടുക്കിവച്ച് കുളിക്കാനായി എണ്ണതേച്ച് തോർത്തുമെടുത്ത് മുറ്റത്തേക്കിറങ്ങിയപ്പോൾ തെക്കുവശത്തുനിന്ന് അച്ഛനോട് പ്രസാദേട്ടൻ സംസാരിക്കുന്നതു കണ്ടു. വേഗത്തിൽ കുളി കഴിഞ്ഞ് അവൻ അവരുടെ അടുത്തേക്കാണ് പോയത്.

''പരിശോധനയ്ക്ക് ആളു വരുമ്പോഴേക്കും പണി പൂർത്തിയാക്കണം'' പ്രസാദേട്ടൻ പറഞ്ഞു.

തൊഴുത്തുണ്ടാക്കുന്നത് സംബന്ധിച്ചുള്ള കാര്യങ്ങൾ ശരിയായിരിക്കുന്നുവെന്ന് അവരുടെ സംസാരം കേട്ടപ്പോൾ അവന് മനസ്സിലായി.

''കണ്ണാ, നിനക്ക് സ്കൂളിൽ പോകണ്ടേ.'' അമ്മ വിളിച്ചു ചോദിച്ചു.

നിക്കറും ഉടുപ്പും ഇട്ട് അവൻ അടുക്കളയിലേക്കോടി. ചീനി പുഴുങ്ങിയതും ചമ്മന്തിയും കണ്ണനെ കാത്തിരുന്നു. പ്രസാദേട്ടന് ചീനി പുഴുക്കും ചമ്മന്തിയും കൊടുക്കാനായി അമ്മ വരാന്തയിലേക്ക് ഇറങ്ങിയപ്പോൾ കണ്ണനും പാത്രവുമെടുത്ത് പുറത്തിറങ്ങി.

''നല്ല, കയ്യാലചാടി ചീനിയാ. രണ്ടു കഷണം കഴിക്കാം.'' അച്ഛനുമായി സംസാരിച്ചു നിൽക്കുമ്പോൾ പ്രസാദേട്ടനോട് അമ്മ പറഞ്ഞു.

''രാവിലെ എനിക്ക് പഴങ്കഞ്ഞിയാ ഇഷ്ടം. തൈരും കാന്താരി മുളകും ഉണ്ടെങ്കി കൂട്ടാനൊന്നുമില്ലെങ്കിലും കുഴപ്പമില്ല. കൊണ്ടുവന്ന സ്ഥിതിക്ക് കഴിക്കാം.'' പ്രസാദേട്ടൻ പറഞ്ഞു.

''ഞാനും പഴങ്കഞ്ഞിയുടെ ആളാ.'' അച്ഛൻ പറഞ്ഞു.

''ഗോവിന്ദേട്ടൻ, ബാങ്കിൽ ഉടനെ ഒരു അക്കൗണ്ട് തുടങ്ങണം'' പ്രസാദേട്ടൻ പറഞ്ഞു.

അവർ സംസാരിച്ചിരിക്കുമ്പോൾ കണ്ണൻ അതെല്ലാം ശ്രദ്ധിച്ചു കൊണ്ട് അടുത്തുതന്നെ നിന്നു. അക്കൗണ്ട് തുടങ്ങേണ്ട കാര്യം പറഞ്ഞതുകേട്ടപ്പോൾ അവനു സന്തോഷമായി. ബാങ്കിൽ അക്കൗണ്ടു ള്ളത് പണക്കാർക്കാണെന്ന് അവൻ കേട്ടിട്ടുണ്ട്.

ഓഫീസിലേക്കു പോകാനുള്ള തിടുക്കത്തിൽ പ്രസാദേട്ടൻ വേഗ ത്തിൽ കഴിച്ചു. കണ്ണൻ അപ്പോഴും കഴിച്ചു കഴിഞ്ഞിരുന്നില്ല. പ്രസാ ദേട്ടന്റെ വീട്ടിൽനിന്നും റോഡിലേക്കു കയറാൻ എളുപ്പവഴി കൂടി യാണ് വീട്ടിലൂടെ പോകുന്നതെന്ന് കണ്ണനറിയാം.

''ഞാനിറങ്ങുന്നു. അപ്പോ, പറഞ്ഞതുപോലെ...'' അച്ഛനോടാണ് പറഞ്ഞതെങ്കിലും അവനെ നോക്കിയാണ് പ്രസാദേട്ടൻ ചിരിച്ചു കൊണ്ട് കൈവീശിയത്.

റാന്തൽവിളക്ക്

രാവിലെ എഴുന്നേറ്റ് മുറ്റത്തേക്കിറങ്ങിയപ്പോൾ പതിന്നാലു പടിയുള്ള വലിയ ഏണി ഗോപിയേട്ടൻ വീടിന്റെ പടിഞ്ഞാറെ വരാന്തയിൽ തൂക്കിയിടുന്നതാണ് കണ്ണൻ കണ്ടത്. ഗോപിയേട്ടന്റെ തെങ്ങുകയറ്റം രാവിലെതന്നെ കഴിഞ്ഞുവെന്ന് മനസ്സിലായി. കുരുമുളക് പടർന്നു കയറിയ തെങ്ങിലും മാവിലും പ്ലാവിലുമൊക്കെ കയറാൻ വീടിനു ചുറ്റുമുള്ളവർ ആശ്രയിക്കുന്നത് വീട്ടിലെ മുളയേണിയാണ്.

"ഏണിയുടെ ഒരു തലയ്ക്ക് പൊട്ടലുണ്ട്." അച്ഛൻ ചാണകം വാരി തൊഴുത്ത് വൃത്തിയാക്കുമ്പോൾ പറഞ്ഞു.

"ഞാൻ കണ്ടു. ഒരു കഷണം കഴുക്കോല് കയറുകൊണ്ട് ഞാനവിടെ വരിഞ്ഞു കെട്ടിയിട്ടുണ്ട്. കുരുമുളകുവള്ളിയുള്ള തെങ്ങിൽ കയറാൻ ഈ ഏണി തന്നെ വേണം." ഗോപിയേട്ടൻ പറഞ്ഞു.

"അതു നന്നായി." അച്ഛൻ പറഞ്ഞു.

"പഴയ കളപ്പുരയിൽനിന്ന് കാളയെയും പുതിയ തൊഴുത്തിലേക്ക് മാറ്റിയോ.." തൊഴുത്തിൽ നിൽക്കുന്ന പശുവിനേയും കാളയേയും നോക്കി ഗോപിയേട്ടൻ ചോദിച്ചു.

"രണ്ടു പശുവിനെക്കൂടി കെട്ടാനുള്ള ഇടം ഇനിയുമുണ്ട്." അച്ഛൻ പറഞ്ഞു.

"കൈക്കൂലി കൊടുക്കാതെയും സബ്സിഡി കിട്ടും അല്ലേ ഗോവിന്ദേട്ടാ?"

'സർക്കാർ ഓഫീസുകളെ നിയന്ത്രിക്കുന്നത് കൈക്കൂലിയാണ്' എന്ന് മുമ്പ് പറഞ്ഞത് ഓർത്തിട്ടാണ് അങ്ങനെ പറഞ്ഞതെന്ന് മനസ്സിലായിട്ടാവും അച്ഛൻ ഒന്നും മിണ്ടിയില്ല.

"പ്രസാദ് ഉള്ളതുകൊണ്ടാ." അമ്മ പറഞ്ഞു.

അമ്മയ്ക്ക് നാലു ചെവിയാണെന്ന് ഒരിക്കൽ ചേച്ചി പറഞ്ഞത് കണ്ണൻ ഓർത്തു. വീട്ടിൽ എവിടെയെങ്കിലും നിന്ന്, ആര് എന്തു പറഞ്ഞാലും അമ്മ അതു കേൾക്കുന്നുണ്ടെന്ന് അവനും തോന്നി.

''പശുക്കുട്ടിക്ക് എത്ര മാസമായി ഗോവിന്ദേട്ടാ?'' നന്ദിനിയെ നോക്കി ഗോപിയേട്ടൻ പെട്ടെന്ന് വിഷയംമാറ്റി.

''ഒൻപതായി ചിലപ്പോ ഈ ആഴ്ചതന്നെ...'' അച്ഛൻ പറഞ്ഞു.

ഗോപിയേട്ടൻ പോയപ്പോൾ, കണ്ണൻ ഉമിക്കരിയുമെടുത്ത് പല്ലു തേയ്ച്ചുകൊണ്ട് നന്ദിനിയുടെ അടുത്തേക്കാണ് പോയത്.

''നിന്റെ വയറ്റില് കുട്ടി, എന്നാ പുറത്തുവരുന്നത്?'' കണ്ണൻ നന്ദിനിയുടെ തലയിൽ സ്നേഹത്തോടെ തടവിക്കൊണ്ട് പതുക്കെ ചോദിച്ചു. അത് തലയിളക്കിയപ്പോൾ തന്റെ ചോദ്യം മനസ്സിലാക്കിയെന്നു കണ്ണനു തോന്നി. കളപ്പുരയിലിൽ കാളയ്ക്ക് നൽകാൻ വച്ച വേവിച്ച പുളിയരി എടുത്ത് ഉരുളയാക്കി കൈവെള്ളയിൽവച്ച് നന്ദിനിയുടെ നേരെ നീട്ടിയതും കൈയിൽനിന്ന് വേഗം അത് നക്കിയെടുത്തു. അപ്പോൾ അവന് ഇക്കിളിയായി. നന്ദിനിയുടെ അകിടിന് കറുമ്പിയുടെ അകിടിനേക്കാൾ വലിപ്പം വച്ചത് കണ്ണൻ ശ്രദ്ധിച്ചു.

അച്ഛൻ സന്ധ്യയ്ക്ക് ഭാഗവതം വായിച്ചുകൊണ്ടിരിക്കുമ്പോഴാണ് നന്ദിനി അമറി കരഞ്ഞത്. അച്ഛൻ പെട്ടെന്ന് വായന നിർത്തി, റാന്തൽ വിളക്കുമെടുത്ത് തൊഴുത്തിലേക്ക് തിടുക്കത്തിലാണ് പോയത്. കണ്ണനും പിന്നാലെ ചെന്നു. വൈക്കോൽ ഇട്ടുകൊടുക്കുമ്പോൾ വിളക്ക്, അച്ഛന്റെ കൈയിൽനിന്ന് കണ്ണൻ വാങ്ങി പിടിച്ചു.

അത്താഴം കഴിച്ചതിനുശേഷം അച്ഛൻ റാന്തൽവിളക്കുമായി കളിയിലിൽ പോയി നന്ദിനി നോക്കിയശേഷം റാന്തൽവിളക്ക് കളിയിലിന്റെ തിണ്ണയിൽ വച്ച് മുറ്റത്തെ തിണ്ണയിൽ വന്നിരുന്നു. കണ്ണനും അച്ഛന്റെ അടുത്തിരുന്നു. കുറച്ചു കഴിഞ്ഞപ്പോൾ അമ്മയും ചേച്ചിയും തിണ്ണയിൽ വന്നിരുന്നു.

''ചിലപ്പോൾ ഇന്നു രാത്രിതന്നെ നന്ദിനി പ്രസവിക്കും.'' അച്ഛൻ പറഞ്ഞു.

നിലാവുള്ളതിനാൽ പുറത്തിരിക്കാൻ കണ്ണന് നല്ല രസം തോന്നി. കൈസർ വെറുതെ കുരച്ചപ്പോൾ അതിനെ അവൻ ശാസിച്ചു.

''നിലാവത്ത് നിഴലുകൾ കണ്ടിട്ടാ അത് കുരയ്ക്കുന്നത്.'' കൈസറെ കണ്ണൻ ശാസിച്ചപ്പോൾ അച്ഛൻ പറഞ്ഞു.

അകലെനിന്ന് ഏതോ നായയുടെ ഓരിയിടുന്ന ശബ്ദവും അവന് കേൾക്കാമായിരുന്നു. അച്ഛൻ അകത്തുപോയി പായകൊണ്ടുവന്ന് തിണ്ണയിൽ വിരിച്ച് അതിലിരുന്നു. അമ്മയും ചേച്ചിയും ഉറങ്ങാനായി പോകുമ്പോൾ കണ്ണനെ വിളിച്ചിട്ടും അവൻ പോയില്ല. അച്ഛനോടൊപ്പം തിണ്ണയിൽ വിരിച്ച പായിൽ മലർന്ന് കിടന്ന്, ആകാശത്തിലെ ചന്ദ്രനെ നോക്കി രസിച്ചു.

ഇടയ്ക്കിടെ ചന്ദ്രനെ കാർമേഘം വന്നു മൂടുന്നതും അല്പം കഴിഞ്ഞ് ചന്ദ്രൻ വീണ്ടും തെളിഞ്ഞുവരുന്നതും അവൻ നോക്കി കിടന്നു. മേഘങ്ങളാണോ ചന്ദ്രനാണോ സഞ്ചരിക്കുന്നതെന്ന് അവന് സംശയമായി. കുറെ നേരം ചന്ദ്രനെ നോക്കിക്കിടന്നപ്പോൾ മേഘങ്ങളെപ്പോലെ വേഗത്തിലല്ലെങ്കിലും ചന്ദ്രനും സഞ്ചരിക്കുന്നുണ്ടെന്ന് മനസ്സിലായി. ആകാശത്തേക്ക് നോക്കിക്കിടന്ന് അവന്റെ കണ്ണുകൾ ഉറക്കത്തിലേക്ക് വഴുതി വീണു.

''കണ്ണാ, നീ അകത്തു പോയി കിടക്ക്.'' കണ്ണനെ തട്ടിയുണർത്തി അച്ഛൻ പറഞ്ഞു.

എഴുന്നേറ്റിട്ടും അവൻ ഉറക്കം തൂങ്ങിയപ്പോൾ അച്ഛൻ അവനെ താങ്ങി അകത്തേക്കു കൊണ്ടുപോയി.

* * * * * *

പിറ്റേദിവസം രാവിലെ ഉണർന്നെങ്കിലും എഴുന്നേൽക്കാൻ മടിച്ച് കിടന്നു. അപ്പോഴാണ് നന്ദിനിയുടെ കാര്യം ഓർത്തത്. തിടുക്കത്തിൽ എഴുന്നേറ്റ് കണ്ണും തിരുമ്മി അവൻ നന്ദിനിയുടെ അടുത്തേക്കു പോയി. നന്ദിനിയുടെ മുലകുടിച്ചുകൊണ്ടു നിൽക്കുന്ന ഒരു ചുമലക്കുട്ടനെ കണ്ടപ്പോൾ അവന് സന്തോഷമായി.

''എപ്പോഴാ അച്ഛാ നന്ദിനി പ്രസവിച്ചത്?'' ഓല ചീകിക്കൊണ്ട് പറമ്പിൽ നിൽക്കുന്ന അച്ഛന്റെ അടുത്തേക്കു പോയി അവൻ ചോദിച്ചു.

''രാത്രി ഒരു മണി കഴിഞ്ഞിട്ടുണ്ടാവും.'' അച്ഛൻ പറഞ്ഞു.

''വല്ലാത്ത ഉറക്കാ ഇവന്റേത്. ഉറങ്ങിയാൽ എടുത്തുകൊണ്ടു പോയി വെള്ളത്തിലിട്ടാലും കണ്ണനറിയില്ല.'' ചേച്ചി കളിയാക്കിക്കൊണ്ട് പറഞ്ഞു.

ചേച്ചി പറഞ്ഞത് ശ്രദ്ധിക്കാതെ അവൻ നന്ദിനിയുടെ അടുത്തേക്കു തന്നെ പോയി. പശുക്കുട്ടി അപ്പോഴും വാലാട്ടിക്കൊണ്ട് പാലു കുടിക്കുകയാണ്. നന്ദിനിയുടെ അതേ നിറം. കറുപ്പും ചുമപ്പും കൂടി ചേർന്ന നിറത്തിന് ചുമലയെന്നാണ് പറയുന്നതെന്ന് അച്ഛൻ പറഞ്ഞത് അവൻ ഓർത്തു. കറുമ്പിയെ വല്യമ്മാമ കൊണ്ടുപോയിട്ട് ഒരു വർഷം കഴിഞ്ഞിരുന്നു. നന്ദിനി പുതിയ തൊഴുത്തിൽ കുട്ടിയുമായി നിന്നപ്പോൾ അവന് സന്തോഷമായി.

കറുമ്പിയെപ്പോലെ അല്ല നന്ദിനി, അവള് പാവമാണ്. നന്ദിനിയെ അച്ഛനില്ലാത്തപ്പോൾ അമ്മയും തൊഴുത്തിൽനിന്ന് പറമ്പിലേക്ക് അഴിച്ചുകെട്ടിയിരുന്നു. അവൻ ഭയം കൂടാതെയാണ് നന്ദിനിയുടെ അടുത്തു പോയത്.

ഒരാഴ്ച കഴിഞ്ഞപ്പോൾ മൊന്തയും വലിയ സ്റ്റീൽ ഗ്ലാസ്സുമെടുത്ത് നന്ദിനിയെ കറക്കാൻ അച്ഛൻ പോയപ്പോ, കറുമ്പിയെപ്പോലെ നന്ദിനി, അച്ഛനെ തൊഴിക്കുമോ എന്ന് കണ്ണൻ ഭയന്നു.

അനുസരണയോടെ അനങ്ങാതെ അവൾ നിൽക്കുന്നതു കണ്ടപ്പോൾ അവന് സന്തോഷമായി. വലിയ മൊന്ത നിറയെ അച്ഛൻ പാലു കറന്നെടുത്തു. അച്ഛന്റെ മുഖത്തെ സന്തോഷം കണ്ണന്റെ കണ്ണുകളിലും തെളിഞ്ഞു.

''അമ്മേ, വലിയ മൊന്ത നിറയെ പാലുകിട്ടി.'' അച്ഛൻ പാലുമായി അടുക്കളയിൽ എത്തുന്നതിനുമുമ്പ് കണ്ണൻ എത്തി സന്തോഷത്തോടെ ഉറക്കെ പറഞ്ഞു.

''ഒന്നു പതുക്കെപ്പറ കണ്ണാ... നിന്റെ ഒരു കാര്യം...'' അമ്മ ചിരിച്ചുകൊണ്ട് പറഞ്ഞു.

കുറച്ചു കഴിഞ്ഞപ്പോൾ, ചിലർ പാത്രങ്ങളുമായി പാലുവാങ്ങാൻ വന്നു.

''കൊയ്ത്തിന് ആളെ കിട്ടാതെ കാരണോര് ഓടി നടക്കുന്നുന്ന് കേട്ടു.'' പാലു വാങ്ങാൻ വന്ന സരസ്വതിചേച്ചി അമ്മയോട് പറയുന്നത് അവൻ കേട്ടു.

വല്യമ്മാമയുടെ വീട്ടിലെ കൊയ്ത്തിനെക്കുറിച്ചാണ് അവർ സംസാരിച്ചതെന്ന് അവൻ ഊഹിച്ചു. അമ്മവീട്ടിലെ പാടത്തും വല്യമ്മാമയുടെ പാടത്തും മാത്രമേ കൊയ്യാൻ പോകാറുള്ളൂ. വല്യമ്മാമയുടെ വീട്ടിൽ പത്തുപറ കൊയ്യുന്ന ദിവസം കൊയ്ത്തുകാർക്കെല്ലാം ഉച്ചയ്ക്ക് കഞ്ഞിയും കപ്പപ്പുഴുക്കും ഉണ്ടാവുമെന്നും പത്തുപറയിലെ നെല്ലാണ് അവരുടെ പത്തായം നിറയ്ക്കുന്നതെന്നും അമ്മ പറഞ്ഞ് കണ്ണൻ കേട്ടിട്ടുണ്ട്.

''കൊയ്ത്തിന് ആളെ കിട്ടിയില്ലെങ്കില് ഇങ്ങോട്ടാണല്ലോ അയാള് വരുന്നത്. ഇനി മറ്റുള്ളവരുടെ പാടത്ത് കൊയ്ത്തിന് പോകണ്ടെന്നാ ഗോവിന്ദേട്ടൻ പറഞ്ഞത്.'' അമ്മ പാല് അളന്നു കൊടുക്കുമ്പോൾ സരസ്വതിചേച്ചിയോട് പറഞ്ഞത് കണ്ണൻ കേട്ടു.

അവരുടെ സംസാരം കേൾക്കാൻ നിൽക്കാതെ അവൻ നന്ദിനിയുടെ കുട്ടിയെ കാണാൻ തൊഴുത്തിലേക്കോടി. വല്യമ്മാമ കറുമ്പിയെ കൊണ്ടുപോയ ദേഷ്യംകൊണ്ടാണ് കൊയ്ത്തിനു പോകണ്ടെന്ന് അച്ഛനും അമ്മയും തീരുമാനിച്ചതെന്ന് കണ്ണനു മനസ്സിലായി.

* * * * * *

വൈകുന്നേരം അച്ഛനും അമ്മയും മുറ്റത്തിരുന്ന് കുതിർത്ത ഓല മെടയുമ്പോൾ കണ്ണൻ പുറത്തെ തിണ്ണയിലിരുന്ന് പഴയ ബാല മാസികയിലെ കാർട്ടൂൺ കഥകൾ വായിക്കുകയായിരുന്നു. അപ്പോ ഴാണ് വല്യമ്മാമ വീട്ടിലേക്കു കയറിവന്നത്.

''സന്ധ്യയായിട്ടും നിങ്ങടെ പണി കഴിഞ്ഞില്ലേ ഗോവിന്ദാ?'' വല്യമ്മാമ ചോദിച്ചു.

''ജീവിക്കണ്ടേ.'' വല്യമ്മാമയെ ഗൗനിക്കാതെ അച്ഛൻ പറഞ്ഞു.

''എന്താ ഭാനു, നിന്റെ മുഖത്തൊരു തെളിച്ചമില്ലായ്മ?'' അമ്മയെ നോക്കി വല്യമ്മാമ ചോദിച്ചു.

''പാവങ്ങളുടെ മുഖത്ത് എപ്പോഴും തെളിച്ചമൊന്നും ഉണ്ടാവില്ല.'' അമ്മ, വല്യമ്മാമന്റെ മുഖത്തു നോക്കാതെ പറഞ്ഞിട്ട് പെട്ടെന്ന് എഴുന്നേറ്റ് അടുക്കളയിലേക്കു പോയി.

''നിങ്ങൾക്ക് എന്നോട് പരിഭവം ഉണ്ടാവും എന്നറിയാം. കഴിഞ്ഞ തൊക്കെ കഴിഞ്ഞു. അതങ്ങട് മറന്നേക്കാ.'' വല്യമ്മാമ പറഞ്ഞു.

''ഞാനതൊക്കെ മറന്നു. കൊള്ളാത്ത കാര്യം മനസ്സില് കൊണ്ടു നടന്ന് ശരീരം കേടാക്കണ്ടാന്ന് വിചാരിച്ചു.'' അച്ഛൻ പറഞ്ഞു.

''കണ്ണാ, വല്യമ്മാമയ്ക്ക് ഇരിക്കാൻ അകത്തുനിന്ന് സ്റ്റൂള്, എടുത്തുകൊണ്ടു വരൂ.'' അച്ഛൻ പറഞ്ഞു.

''വേണ്ട, ഞാനിരിക്കുന്നില്ല. എനിക്ക്, നിങ്ങളോടു പരിഭവ മില്ലെന്നു പറയാനാ ഞാൻ വന്നത്. നീ പറഞ്ഞ മാതിരി പരിഭവം വച്ചുനടന്നാ മനസ്സു കേടാവും. വീട്ടിലെ കാര്യങ്ങള് നീ അറിഞ്ഞിട്ടുണ്ടാ വുല്ലോ?'' വല്യമ്മാമ പറഞ്ഞു.

''ഞാനൊന്നും അറിഞ്ഞിട്ടില്ല.'' അച്ഛൻ പറഞ്ഞു.

''ജാനു, കുളിമുറീല് തെന്നിവീണ് നട്ടെല്ലിന് പരുക്കുപറ്റി കിട പ്പിലാ. കുറെ ദിവസം ആശുപത്രീലും കിടന്നു. ഒരാളുടെ സഹായ മില്ലാതെ നിവർന്നിരിക്കാൻ കഴിയില്ല. ഉഴിച്ചിലും കെട്ടക്കലുമൊക്കെ നടക്കുന്നുണ്ട്.'' വല്യമ്മാമ പറഞ്ഞു.

സ്റ്റൂളുമായി കണ്ണൻ മുറ്റത്തേക്കു വന്നപ്പോൾ വല്യമ്മാമ കണ്ണന്റെ കൈയിൽനിന്നും സ്റ്റൂള് വാങ്ങി മുറ്റത്തിട്ടു.

''കണ്ണാ, വല്യമ്മാമയ്ക്ക്, ചായ ഉണ്ടാക്കാൻ അമ്മയോട് പറയൂ.'' അച്ഛൻ പറഞ്ഞു.

''ഇപ്പോ ഒന്നും വേണ്ട. ഭാനൂനെ, കാണണമെന്ന് ജാനു കുറെ ദിവസമായി പറയുന്നുണ്ട്. പരിഭവമൊന്നുല്ലാന്നു വച്ചാ, കഴിഞ്ഞതൊക്കെ

മറന്ന് തരംപോലെ അങ്ങോട്ടൊന്നു വരാൻ ഭാനൂനോട് നീ പറയണം.'' വല്യമ്മാമ പറഞ്ഞു.

അച്ഛൻ ഒന്നും പറയാതെ അപ്പോഴും ഓല മെടഞ്ഞുകൊണ്ടിരുന്നു.

''നാട്ടുനടപ്പല്ലേ ഞാൻ നിന്നോടു ചെയ്തിട്ടുള്ളൂ. എങ്കിലും ഞാനത് ചെയ്യാൻ പാടില്ലായിരുന്നു.'' വല്യമ്മാമ താഴ്മയോടെ കുറ്റം സമ്മതിക്കുന്ന മട്ടിൽ പറഞ്ഞു.

''ഒന്നു മുറിക്കീട്ടുപോവാം.'' അച്ഛൻ പറഞ്ഞു.

അച്ഛൻ വേഗത്തിൽ അകത്തേക്കു പോയി മുറുക്കാൻപെട്ടിയുമായി മുറ്റത്തേക്കുവന്നു. വല്യമ്മാമ അച്ഛനോട് കുറ്റസമ്മതം നടത്തിയപ്പോൾ അച്ഛന്റെ ദേഷ്യമെല്ലാം മാറി. വരാന്തയിലെ തട്ടൂടിയിൽ പുസ്തകം നിവർത്തിവച്ച് പഠിക്കുന്ന മട്ടിലാണ് ചേച്ചി ഇരുന്നതെങ്കിലും മുറ്റത്തു നടക്കുന്ന സംഭാഷണമെല്ലാം ചേച്ചിയും ശ്രദ്ധിക്കുന്നുണ്ടെന്ന് കണ്ണന് മനസ്സിലായി.

''നിനക്ക് വെറ്റിലക്കൊടി ഉള്ളതുകൊണ്ട് നല്ല തളിർവെറ്റില കൂട്ടി മുറിക്കാം. വെറ്റില ചന്തയിൽ കൊണ്ടുപോകാറില്ലേ?'' വെറ്റില കൈവെള്ളയിൽവച്ച് അതിൽ ചുണ്ണാമ്പു തേച്ചുകൊണ്ട് വല്യമ്മാമ ചോദിച്ചു.

''കൂടുതലൊന്നും ഉണ്ടാവില്ല. രണ്ടുപാത്തിയല്ലേ ഉള്ളു. എങ്കിലും ആഴ്ചയിൽ നാലഞ്ചു കെട്ടുവെറ്റില കിട്ടും.'' അച്ഛൻ പറഞ്ഞു.

''മീനും മലക്കറീം വാങ്ങാനുള്ളത് കിട്ടിയാത്തന്നെ ഒരു കാര്യ മല്ലേ.'' വല്യമ്മാമ പറഞ്ഞു.

വല്യമ്മാമ വെറ്റിലമുറുക്കി കഴിഞ്ഞതും അച്ഛൻ ഒരടുക്ക് തളിർ വെറ്റില വാഴയിലയിൽ പൊതിഞ്ഞ് വല്യമ്മാമനു കൊടുത്തു. ഒരടു ക്കിൽ ഇരുപത്തഞ്ച് വെറ്റിലയാണ് ഉള്ളതെന്നും നാലടുക്കിനാണ് ഒരു കെട്ട് വെറ്റില എന്നും കണ്ണനറിയാം. വല്യമ്മാമ അതും വാങ്ങി തോർത്ത് തോളത്തുനിന്നെടുത്ത് തലയിൽകെട്ടി വീട്ടിൽനിന്നിറങ്ങി കിഴക്കെ ഇടവഴിയിലേക്ക് നടന്നു.

വല്യമ്മാമ പോയപ്പോൾ അമ്മ വന്ന് വീണ്ടും ഓല മെടയാൻ തുടങ്ങി. അല്പസമയം അവർ ഒന്നും പറഞ്ഞില്ല.

''ഭാനൂ, അമ്മാവൻ പറഞ്ഞത് ശരിയാ. എന്തിനാ പരിഭവവും ഉള്ളിൽവച്ച് മനസ്സും ശരീരവും ചീത്തയാക്കുന്നത്? നീ ജാനു വമ്മായിയെ പോയൊന്നു കാണണം.'' അച്ഛൻ പറഞ്ഞു.

''ജാനുവേടത്തി കാണണമെന്നു പറഞ്ഞത്, അവിടുത്തെ അടു ക്കളപ്പണിക്ക് സഹായിക്കാനാവും.'' അമ്മ ദേഷ്യത്താടെ പറഞ്ഞു.

‘‘തെറ്റ് ആർക്കായാലും പറ്റും. അത് അംഗീകരിച്ചാ..’’

‘‘ഓ, അതുകൊണ്ടാവും വെറ്റില, കെട്ടോടെ എടുത്തുകൊടുത്ത് ലോഹ്യം കൂടിയത്.’’ അമ്മ ദേഷ്യത്തോട് പറഞ്ഞു.

‘‘മനസ്സിൽ ദേഷ്യം കിടന്നാൽ അത് നമ്മുടെ മനസ്സിനും ശരീരത്തിനും നല്ലതല്ല ഭാനു.’’ അച്ഛൻ വീണ്ടും പറഞ്ഞു.

അമ്മ പിന്നീടൊന്നും പറഞ്ഞില്ല. പെണ്ണുങ്ങളുടെ മനസ്സിൽനിന്ന് ദേഷ്യം അത്ര പെട്ടെന്ന് പോകില്ലെന്ന് കണ്ണന് തോന്നി. ചേച്ചി കൂട്ടുകാരിയായ തങ്കമണിയുമായി നിസ്സാരകാര്യത്തിന് വഴക്കടിച്ചിട്ട് പിന്നീട് തങ്കമണിയോട് മിണ്ടിയത് കുറെ ദിവസത്തിനു ശേഷമായിരുന്നുവെന്ന് അവൻ ഓർത്തു.

ജാനുവമ്മായി

ജാനുവമ്മായിയെ കാണാൻ പോയപ്പോൾ കണ്ണനെയും അമ്മ ഒപ്പം കൂട്ടി. അച്ഛന്റെ നിർബ്ബന്ധംകൊണ്ടാണ് അമ്മ പോകാൻ തയ്യാറായത്.

ജാനുവമ്മായി എഴുന്നേൽക്കാൻ വയ്യാതെ മരക്കട്ടിലിൽ കിടക്കുന്നത് കണ്ടപ്പോൾ കണ്ണന് സങ്കടംതോന്നി. അമ്മയെ കണ്ടപ്പോൾ അവരുടെ മുഖത്തുണ്ടായ സന്തോഷം കണ്ണൻ ശ്രദ്ധിച്ചു. അവർ ചിരിക്കാൻ ശ്രമിച്ചുകൊണ്ട് കണ്ണനെ അടുത്തേക്കു വിളിച്ചു. അടുത്തേക്കു ചെന്നപ്പോൾ കണ്ണന്റെ ദേഹത്ത് സ്നേഹത്തോടെ തലോടി.

''ജയശ്രീ...'' അമ്മായി അകത്തേക്കുനോക്കി നീട്ടി വിളിച്ചു.

അമ്മായിയുടെ മകൾ അവിടേക്കു വന്നു.

''ജയശ്രീ ഇവിടുണ്ടായിരുന്നോ?'' അമ്മ ചോദിച്ചു.

''അമ്മയ്ക്ക് വയ്യാണ്ടായപ്പോ.'' ജയശ്രീചേച്ചി പറഞ്ഞു.

''ഈ കുഞ്ഞിനു കൊടുക്കാൻ എന്താ ഇവിടുള്ളത്?'' ജാനുവമ്മായി ജയശ്രീചേച്ചിയെ നോക്കി ചേദിച്ചു.

ജയശ്രീചേച്ചി ഒന്നും പറയാതെ അടുക്കളയിലേക്കു പോയപ്പോൾ അവരുടെ മുട്ടോളം നീണ്ടുകിടന്ന അഴിച്ചിട്ട മുടി കണ്ണൻ ശ്രദ്ധിച്ചു. ചേച്ചിയുടെ തലയിൽ എണ്ണതടവിക്കൊണ്ട് അമ്മ ജയശ്രീചേച്ചിയുടെ മുടിയെക്കുറിച്ച് പറയുന്നത് കേട്ടിട്ടുള്ളതുകൊണ്ടാണ് അവൻ മുടി ശ്രദ്ധിച്ചത്. ജയശ്രീചേച്ചി കൊണ്ടുവരുന്നതെന്താവും എന്നു ആകാംക്ഷയോടെ കാത്തിരിക്കുമ്പോൾ അവർ ഒരു പാത്രവുമായി വന്നു.

''ചക്കയപ്പം കണ്ണന് ഇഷ്ടമാണോ?'' ചിരിച്ചുകൊണ്ട് ജയശ്രീചേച്ചി പാത്രം കണ്ണന്റെ നേരെ നീട്ടിക്കൊണ്ട് ചോദിച്ചു.

ചിരിച്ചുകൊണ്ട് പാത്രം വാങ്ങി, കണ്ണൻ തലയാട്ടി.

''ചേച്ചിയും എടുക്ക്.'' അമ്മയെ നോക്കി ജയശ്രീചേച്ചി പറഞ്ഞു.

''ഭാനൂ, നിങ്ങള് പിണങ്ങരുത്. ഗോവിന്ദനും ഭാനൂം ഈ വീട്ടിലെ അംഗങ്ങള് തന്നാ... നിങ്ങളുടെ പശുവിനെ അവിടുന്ന് കൊണ്ടു

വരുന്ന കാര്യം ഞാനറിഞ്ഞില്ല. അറിഞ്ഞിരുന്നെങ്കി, സമ്മതിക്കില്ലായിരുന്നു. ഇവിടുത്തെ ആൾക്ക് ചില സമയം ഒരു ചൂടാ. കറക്കാൻ അതു സമ്മതിക്കാഞ്ഞപ്പോ പശുവിനെ ഗോവിന്ദനുതന്നെ മടക്കിക്കൊടുക്കാൻ ഞാൻ കുറെ പറഞ്ഞതാ. ദുരഭിമാനം അതിന് അനുവദിക്കില്ലല്ലോ. കഴിഞ്ഞതൊക്കെ കഴിഞ്ഞു. എന്തായാലും നീ വന്നൂല്ലോ. ഇപ്പോ സന്തോഷായി.'' ജാനുവമ്മായി പറഞ്ഞു.

''അതൊക്കെ ഞങ്ങള് മറന്നു.'' അമ്മ പറഞ്ഞു.

കിടക്കയിൽനിന്നെഴുന്നേൽക്കാൻ ജാനുവേടത്തി ശ്രമിച്ചപ്പോൾ അമ്മ എഴുന്നേൽക്കാൻ അവരെ സഹായിച്ചു.

''നിന്നെ കാണണമെന്നു ഞാൻ പറഞ്ഞത് നിന്നോട് ഒരു കാര്യം പറയാനാ. നിന്റെ അച്ഛനും അമ്മയും എന്നെ കാണാൻ ഇവിടെ വന്നിരുന്നു. നിന്റെ വീട്ടിലേക്കു വരണമെന്ന് അവർക്ക് വല്ലാത്ത ആഗ്രഹമുണ്ടെന്നു പറഞ്ഞപ്പോ എനിക്ക് സന്തോഷമായി. പിണക്കമെല്ലാം മറന്ന് അവര് താമസിയാതെ നിന്റെ വീട്ടിൽ വരും.'' ജാനുവേടത്തി പറഞ്ഞു.

അതു കേട്ടതും അമ്മ പെട്ടെന്ന് കരയുന്നതാണ് കണ്ണൻ കണ്ടത്. മുത്തശ്ശനും മുത്തശ്ശിയും വീട്ടിലേക്ക് വരുന്ന കാര്യം പറഞ്ഞപ്പോൾ അമ്മ കരയുന്നത് എന്തിനെന്ന് കണ്ണന് മനസ്സിലായില്ല. മുത്തശ്ശനേയും മുത്തശ്ശിയേയും കണ്ട ഓർമ്മപോലും കണ്ണനില്ലായിരുന്നു. അവർ വീട്ടിലേക്ക് വരുന്നുണ്ടെന്നറിഞ്ഞപ്പോൾ കണ്ണന് വല്ലാത്ത സന്തോഷവും തോന്നി.

വല്യമ്മാവന്റെ വീട്ടിൽനിന്ന് മടങ്ങുമ്പോൾ കണ്ണൻ അമ്മയോടു ചോദിച്ചതു മുഴുവൻ മുത്തശ്ശനേയും മുത്തശ്ശിയേയും കുറിച്ചായിരുന്നു. പഞ്ചായത്തുമെമ്പറുടെ പിൻബലത്തിൽ അച്ഛൻ, അമ്മയെ വീട്ടിൽനിന്ന് രഹസ്യമായി വിളിച്ചിറക്കി കൊണ്ടുപോയി രജിസ്റ്ററാഫീസിൽവച്ച് വിവാഹം കഴിച്ച കാര്യം പറയുമ്പോൾ അമ്മ കരയുന്നത് കണ്ണൻ കണ്ടു.

അമ്മയുടെ വീട്ടിലെ കാര്യസ്ഥന്റെ മകനാണ് അച്ഛനെന്നും അച്ഛനെ ഇഷ്ടപ്പെട്ട് മുത്തശ്ശനെ ധിക്കരിച്ചുകൊണ്ട് വീട്ടിൽനിന്നിറങ്ങി അച്ഛനോടൊപ്പം ജീവിക്കാൻ തീരുമാനിച്ചതുകൊണ്ടാണ് അമ്മ സ്വന്തം വീട്ടിലേക്ക് പോകാൻ മടിച്ചതെന്നുമുള്ള കാര്യങ്ങളൊന്നും അവന് അറിയില്ലായിരുന്നു.

''നിന്റെ അച്ഛനെ എനിക്ക് കിട്ടിയത് എന്റെ പുണ്യമാണ്. ഇതുപോലൊരു അച്ഛനെ കിട്ടിയത് നിന്റെയും ലക്ഷ്മിയുടെയും ഭാഗ്യമാണ്.'' അമ്മ പറഞ്ഞു.

അച്ഛനെക്കുറിച്ച് അമ്മ പുകഴ്ത്തിപ്പറഞ്ഞപ്പോൾ അച്ഛനോട് കണ്ണന് കൂടുതൽ സ്നേഹം തോന്നി. വിവാഹത്തിന് സമ്മതിക്കാത്തതിനെക്കുറിച്ച് പറഞ്ഞപ്പോഴും മുത്തശ്ശനെ അമ്മ കുറ്റപ്പെടുത്തിയില്ല. അമ്മയുടെ തറവാടിനെക്കുറിച്ച് കേട്ടിട്ടുണ്ടെങ്കിലും കണ്ണൻ പോയിട്ടില്ല. തറവാട്ടിൽ മുത്തശ്ശനും മുത്തശ്ശിയും ഉണ്ടെന്നും ചെറിയമ്മയെ കല്യാണം കഴിച്ചത് മദ്രാസിൽ ജോലിയുള്ള ആളായതിനാൽ അവർ മദ്രാസിലാണെന്നും അമ്മ പറഞ്ഞപ്പോൾ അവരെയെല്ലാം കാണണമെന്ന് അവന് ആഗ്രഹം തോന്നി.

''അച്ഛൻ സമ്മതിക്കാത്തതുകൊണ്ടാണോ അമ്മ തറവാട്ടിലേക്ക് പോകാത്തത്.'' അവൻ ചോദിച്ചു.

അമ്മ ഒന്നും പറഞ്ഞില്ല. അച്ഛൻ അമ്മയെ പോകാൻ അനുവദിക്കാത്തതാവുമെന്ന് കണ്ണൻ സംശയിച്ചു. വീട്ടിലെത്തിയാൽ അച്ഛനോട് ഇക്കാര്യത്തെക്കുറിച്ച് ചോദിക്കണമെന്ന് അവൻ തീരുമാനിച്ചു.

* * * * * *

വീട്ടിൽ വന്നു കയറിയതും പുതിയ വാർത്ത കണ്ണൻ ചേച്ചിയോടു പറഞ്ഞു. ചേച്ചി അമ്മയെ ഒളികണ്ണിട്ടുനോക്കി ചിരിച്ചു.

''അവര് വരുന്നുണ്ടെന്ന് ആരാ പറഞ്ഞത്?'' അച്ഛൻ ചോദിച്ചു. കണ്ണൻ പറഞ്ഞത് പറമ്പിൽനിന്ന അച്ഛനും കേട്ടു എന്ന് മനസ്സിലായി.

''ജാനുവമ്മായി.'' കണ്ണൻ പറഞ്ഞു.

അമ്മ കണ്ണു നിറച്ചുകൊണ്ട് മുഖം കുനിച്ച് അപ്പോഴും കരയാൻ തുടങ്ങി. മുത്തശ്ശനും മുത്തശ്ശിയും വരുന്നതിന് അമ്മ എന്തിനാണ് കരയുന്നതെന്ന് അപ്പോഴും കണ്ണന് മനസ്സിലായില്ല.

''അച്ഛാ, മുത്തശ്ശനും മുത്തശ്ശിയും വരുന്നത് അച്ഛന് ഇഷ്ടമല്ലേ? അതുകൊണ്ടാണോ അമ്മ കരയുന്നത്?'' അമ്മയെ കെട്ടിപ്പിടിച്ചുകൊണ്ട് കണ്ണൻ ചോദിച്ചു. ആരും കരയുന്നത് അവന് ഇഷ്ടമല്ല.

''സന്തോഷംകൊണ്ടും കരച്ചിൽ വരും.'' അച്ഛൻ പറഞ്ഞു.

സന്തോഷംകൊണ്ട് ആരും കരഞ്ഞത് കണ്ണൻ കണ്ടിട്ടില്ല. അതുകൊണ്ട് അച്ഛൻ പറഞ്ഞത് കള്ളമാണെന്ന മട്ടിലാണ് അവൻ അമ്മയെ നോക്കിയത്.

* * * * * *

രാത്രി അത്താഴത്തിനുശേഷം അമ്മയും അച്ഛനും മുറ്റത്തെ തിണ്ണയിൽ ഇരിക്കുമ്പോൾ മുത്തശ്ശനെയും മുത്തശ്ശിയെയും കുറിച്ച്

സംസാരിച്ചത് കണ്ണൻ കേട്ടു. ചേച്ചിയോടൊപ്പം ഉറങ്ങാൻ കിടന്നപ്പോൾ അവനും മുത്തശ്ശനെയും മുത്തശ്ശിയേയും കുറിച്ചാണ് ചിന്തിച്ചത്.

''ചേച്ചിക്ക് മുത്തശ്ശനെയാണോ മുത്തശ്ശിയെയാണോ കൂടുതലിഷ്ടം?'' അവൻ ചോദിച്ചു.

''മിണ്ടാതെ കിടന്ന് ഉറങ്ങാൻ നോക്ക്.'' ചേച്ചി ദേഷ്യത്തോടെ പറഞ്ഞു.

അവർ വീട്ടിൽ വരുന്ന രംഗം ആലോചിച്ചതുകൊണ്ട് ഉറക്കം വരാതെ അവൻ കണ്ണുമടച്ച് കിടന്നു. അപ്പോഴും ഓരോ ചിന്തകളാണ് അവന്റെ മനസ്സിലൂടെ കടന്നുപോയത്.

മുത്തശ്ശനും മുത്തശ്ശിയും വരുമെന്നു കേട്ടതുമുതൽ അവരെ കാണാൻ കണ്ണന് വല്ലാത്ത തിടുക്കമായി. അച്ഛന്റെ അച്ഛൻ, അവൻ ജനിക്കുന്നതിനുമുമ്പ് മരിച്ചുപോയെന്ന് അമ്മ പറഞ്ഞ് കേട്ടിട്ടുണ്ട്. ചെറിയച്ഛനോടൊപ്പം തറവാട്ടിൽ താമസിക്കുന്ന അച്ഛമ്മ വീട്ടിൽ വന്നാലും ഒന്നോ രണ്ടോ ദിവസത്തിൽ കൂടുതൽ നിൽക്കാറില്ല.

അച്ഛമ്മ വീട്ടിൽ വന്നാൽ ചേച്ചിയോടാണ് കൂടുതൽനേരം സംസാരിക്കുന്നത്. ഉറങ്ങാൻ കിടക്കുമ്പോഴും വീട്ടിൽ കാര്യങ്ങൾ ചേച്ചിയോട് ചോദിച്ചുകൊണ്ടിരിക്കും. കണ്ണൻ അച്ഛമ്മയോടൊപ്പം കിടക്കാൻ വാശി പിടിക്കുന്നത് കഥ പറഞ്ഞുതരുമെന്നു കരുതിയാണ്. മധുവിന്റെ അമ്മമ്മ കിടക്കുമ്പോണ് കഥ പറഞ്ഞുകൊടുക്കുന്നതെന്ന് അവൻ പറയാറുണ്ട്. മുത്തശ്ശനും മുത്തശ്ശിയും വന്നാൽ കുറെ രസമുള്ള കഥകൾ അവരോട് ചോദിക്കണമെന്ന് അവൻ തീരുമാനിച്ചു.

* * * * * *

കുറെ ദിവസം കഴിഞ്ഞിട്ടും മുത്തശ്ശനേയും മുത്തശ്ശിയേയും കാണാതായപ്പോൾ വല്യമ്മായി പറഞ്ഞത് ശരിയല്ലേ എന്ന് അവൻ സംശയിച്ചു.

''എന്നാണമ്മേ മുത്തശ്ശനും മുത്തശ്ശിയും വീട്ടിൽ വരുന്നത്.'' കണ്ണൻ ഉറങ്ങാൻ കിടക്കുമ്പോൾ അമ്മയോട് ചോദിച്ചു.

''എനിക്കറിയില്ല മോനേ?'' അമ്മ സങ്കടത്തോടെ പറഞ്ഞു.

അന്നു രാത്രി കണ്ണൻ മുത്തശ്ശനെ സ്വപ്നത്തിൽ കണ്ടു. മുത്തശ്ശൻ വലിയ നാട്ടുമാവിന്റെ ചുവട്ടിലിരുത്തി കുറെ കഥകൾ അവന് പറഞ്ഞുകൊടുത്തു. അപ്പോൾ ശക്തിയായി കാറ്റടിച്ചു. നാട്ടുമാവിൽനിന്ന് പഴുത്ത മാങ്ങകൾ തുരുതുരാ വീണു. അതെല്ലാം അവൻ പെറുക്കിയെടുത്തു.

രാവിലെ എഴുന്നേറ്റപ്പോൾ മുത്തശ്ശൻ കഥകൾ എന്തെന്ന് കണ്ണന് ഓർമ്മ ഉണ്ടായില്ല. പല്ലുതേയ്ക്കാൻ ഉമിക്കരിയുമെടുത്ത് കിണറ്റി നടുത്തേക്കു പോകുമ്പോഴും ആ കഥ എന്തെന്ന് ഓർത്തെടുക്കാൻ അവൻ ശ്രമിച്ചുനോക്കി.

* * * * * *

കുറെ ദിവസം കാത്തിരുന്നിട്ടും അവരെ കാണാതായപ്പോൾ അവർ വരുമെന്ന പ്രതീക്ഷ നഷ്ടപ്പെട്ടതുകൊണ്ട് അക്കാര്യംതന്നെ അവൻ മറക്കാൻ ശ്രമിച്ചു.

ചക്കയപ്പം

ഒരു ദിവസം കണ്ണൻ സ്കൂളിൽനിന്നു വരുമ്പോൾ വീട്ടുമുറ്റത്തെടുത്തിട്ട അച്ഛന്റെ ചൂരലുകൊണ്ടുവരിഞ്ഞ ചാരുകസേരയിൽ തലമുടി നരച്ച ഒരാൾ ഇരിക്കുന്നതാണ് കണ്ടത്. അത് മുത്തശ്ശനാണെന്ന് കണ്ണൻ ഊഹിച്ചു. അവൻ ഒന്നും പറയാതെ ചിരിച്ചുകൊണ്ട് മുറ്റത്തേക്ക് കയറിയതും മുത്തശ്ശൻ അവനെ അടുത്തേക്കു വിളിച്ചു.

''ആരാണെന്ന് മോന് മനസ്സിലായോ?'' മുത്തശ്ശൻ ചോദിച്ചു.

''എനിക്കറിയാം, മുത്തശ്ശനല്ലേ?'' കണ്ണൻ പറഞ്ഞു.

മുത്തശ്ശൻ, കണ്ണന്റെ കൈയിൽനിന്ന് പിടിവിടാതെ കസേരയിൽനിന്ന് എഴുന്നേറ്റ് കണ്ണനെ എടുത്തുയർത്തി അവന്റെ കവിളിൽ ഉമ്മ വച്ചു. സ്കൂളിൽ ചേർന്നതിനു ശേഷം കണ്ണനെ ആരും എടുത്തിട്ടില്ല. അതുവരെ കണ്ണൻ കാണാത്ത ഒരാൾകൂടി വീടിന്റെ ഉമ്മറത്തേക്കു വന്നു.

''അത് ആരെന്നു മനസ്സിലായോ?'' മുത്തശ്ശൻ ചോദിച്ചു.

''മുത്തശ്ശി.'' കണ്ണൻ സന്തോഷത്തോടെ പറഞ്ഞു.

മുത്തശ്ശിയും കണ്ണനടുത്തേക്കുവന്ന് അവനെ കെട്ടിപ്പിടിച്ച് കവിളത്ത് ഉമ്മ കൊടുത്തു. ചേച്ചി ചിരിച്ചുകൊണ്ട് മുറ്റത്തുതന്നെ നിന്നു.

''ലക്ഷ്മിമോൾ ഇവിടെ വാ.'' മുത്തശ്ശൻ ചേച്ചിയെ അടുത്തേക്കു വിളിച്ചു.

ചേച്ചി തെല്ലൊരു നാണത്തോടെ മുത്തശ്ശന്റെ അടുത്തു ചെന്നു. ചേച്ചിയേയും മുത്തശ്ശൻ കെട്ടിപ്പിടിച്ച് ഉമ്മവച്ചു. നാലഞ്ചു ദിവസമായി അച്ഛനെയും അമ്മയേയും ഓർത്ത് സങ്കടത്തോടെ നടന്ന അമ്മ, വരാന്തയിൽ ചിരിച്ചുകൊണ്ടു നിൽക്കുന്നത് കണ്ടപ്പോൾ കണ്ണന് സന്തോഷമായി. പുസ്തകവും ചോറ്റുപാത്രവും അമ്മ കണ്ണന്റെ കൈയിൽനിന്നു വാങ്ങി.

കണ്ണൻ വീട്ടിനകത്തുകയറിയതും ഷർട്ട് വേഗത്തിൽ ഊരി കട്ടിലിലേക്കെറിഞ്ഞു. വീട്ടിലിടുന്ന നിക്കറും ബനിയനും തിടുക്കത്തിൽ ഇട്ടു. ചേച്ചി പുസ്തകം തിടുക്കത്തിൽ മേശപ്പുറത്തു വച്ചപ്പോൾ, ചേച്ചിയുടെ കൈയിൽനിന്ന് പുസ്തകം നിലത്തുവീണു. അതെടുത്തു വച്ചശേഷം ഡ്രസ്സ് മാറ്റാതെയാണ് കണ്ണനെക്കാൾ മുമ്പോ എത്താൻ ചേച്ചി മുറ്റത്തേക്കോടിയത്.

അമ്മയുടെ കൈയിലെ പ്ലേറ്റിൽ അവന്റെ കണ്ണു പതിഞ്ഞു. മുത്തശ്ശൻ കൊണ്ടുവന്ന പലഹാരമാണെന്ന് മനസ്സിലായി. അടുക്കളയുടെ വരാന്തയിൽ കൈകഴുകാൻ എപ്പോഴും വെള്ളം ഉണ്ടാവും. പാത്രത്തിൽ കൈ മുക്കി കഴുകിയെന്നു വരുത്തിയശേഷം അമ്മയുടെ കൈയിലിരുന്ന പാത്രം വാങ്ങി അവൻ ആദ്യം ചേച്ചിയുടെ നേരെ നീട്ടി. ചേച്ചി അതിൽനിന്ന് ഒരെണ്ണം എടുത്തപ്പോൾ അവൻ മുത്തശ്ശന്റെയും മുത്തശ്ശിയുടെയും നേരെ നീട്ടി.

''കുട്ടികളായാൽ ഇങ്ങനെ വേണം. എന്തുകിട്ടിയാലും എല്ലാവർക്കും കൊടുത്തിട്ട് കഴിക്കണം.'' മുത്തശ്ശി ചിരിച്ചുകൊണ്ട് പറഞ്ഞു.

അവർ കൊണ്ടുവന്ന ചക്കയപ്പം കഴിക്കുമ്പോൾ മുത്തശ്ശനും മുത്തശ്ശിയും ചിരിച്ച മുഖവുമായി ഒന്നും പറയാതെ ചേച്ചിയേയും കണ്ണനെയും മാറി മാറി നോക്കുന്നത് അവൻ കണ്ടു. വല്യമ്മായിയുടെ വീട്ടിൽ പോയപ്പോൾ കിട്ടിയ ചക്കയപ്പത്തേക്കാൾ കൂടുതൽ രുചിയുണ്ട്.

''കഴിഞ്ഞ വർഷം വരട്ടിവച്ച ചക്കകൊണ്ട് ഉണ്ടാക്കിതാ.'' മുത്തശ്ശി പറഞ്ഞു.

''ഇയാൾ, ഇന്നലെ മുഴുവൻ ഇതുണ്ടാക്കുന്ന തിരിക്കിലായിരുന്നു.'' മുത്തശ്ശൻ മുത്തശ്ശിയെക്കുറിച്ചാണ് പറഞ്ഞതെന്ന് കണ്ണന് മനസ്സിലായി.

''ഭാനൂ...'' അച്ഛന്റെ വിളി അടുക്കളയിൽനിന്നു കേട്ടപ്പോഴാണ് അച്ഛനും വീട്ടിലുണ്ടെന്ന് മനസ്സിലായത്. സാധാരണ വൈകുന്നേരത്ത് അച്ഛൻ വീട്ടിലുണ്ടാവാറില്ല.

''അച്ഛനെന്താ അടുക്കളയിൽ ചെയ്യുന്നത്?'' കണ്ണൻ ചോദിച്ചു.

''നീ പോയ് നോക്ക്.'' അമ്മ ചിരിച്ചുകൊണ്ട് പറഞ്ഞു.

അച്ഛൻ എന്തോ കാര്യമായി ഉണ്ടാക്കുകയാണെന്ന് കണ്ണന് മനസ്സിലായി. വിശേഷപ്പെട്ട എന്തെങ്കിലും ഉണ്ടാക്കുമ്പോഴാണ് അച്ഛൻ അടുക്കളയിൽ ഉണ്ടാവുക.

''പായസം ഉണ്ടാക്കുകയാണോ?'' ചേച്ചി ചോദിച്ചു.

''അടപ്രഥമനാ...'' അമ്മ പറഞ്ഞു.

അമ്മ കളിയാക്കിയതാണോ എന്ന് കണ്ണൻ സംശയിച്ചു. പ്രഥമൻ ഉണ്ടാക്കുന്നത് കല്യാണത്തിനാണ്. അതിന് കുറെ തേങ്ങയുടെ പാലെടുക്കണം. അട ഉണ്ടാക്കാനും വലിയ പ്രയാസമാണെന്ന് കണ്ണനറിയാം. എങ്കിലും, അമ്മ പറഞ്ഞപ്പോൾ അതു ശരിയാണോ എന്നറിയാനായി കണ്ണൻ അപ്പം തിന്നുകൊണ്ട് അടുക്കളയിലേക്കു പോയി.

അച്ഛൻ ഓട്ടുരുളി ഇളക്കിക്കൊണ്ട് വിയർത്തുകുളിച്ചു നിൽക്കുന്നത് കണ്ടപ്പോൾ അമ്മ പറഞ്ഞത് ശരിയാണെന്ന് മനസ്സിലായി.

''അച്ഛൻ പ്രഥമനാണോ ഉണ്ടാക്കുന്നത്?'' കണ്ണൻ ചോദിച്ചു.

''നിന്റെ മുത്തശ്ശനും മുത്തശ്ശിയും ആദ്യമായി വീട്ടിൽ വന്നതല്ലേ? അത് നമുക്ക് ആഘോഷിക്കേണ്ടേ?'' അച്ഛൻ കണ്ണനെ നോക്കാതെ അടുപ്പിലെ തീ നീക്കിക്കൊണ്ട് പറഞ്ഞു.

''ഇത് എപ്പോഴാ ഒഴിക്കുന്നത്?'' പാത്രത്തിൽ ഇരിക്കുന്ന തേങ്ങാപ്പാൽ നോക്കി അവൻ ചോദിച്ചു.

''അത് ഒന്നാം പാലാ. അത് അവസാനമേ ഒഴിക്കൂ. അത് ഒഴിച്ച് തിള വന്നാൽ പ്രഥമന്റെ പണി കഴിഞ്ഞു.

''ഭാനൂ. ആ നെയ്യ് എവിടെ?'' അച്ഛൻ വിളിച്ചു ചോദിച്ചു.

അമ്മ പെട്ടെന്ന് അടുക്കളിയിൽ കയറി ചെറിയ ഭരണി അച്ഛന്റെ കൈയിൽ കൊടുത്തിട്ട് പുറത്തേക്കിറങ്ങി. അച്ഛൻ അടുക്കളയിൽ എന്തെങ്കിലും ഉണ്ടാക്കാൻ കയറിയാൽ അമ്മ സഹായിയായി അച്ഛന്റെ അടുത്തുതന്നെ വേണം.

''അതെന്താ അച്ഛാ?'' അടുക്കളയിലിരുന്ന കടലാസ് പൊതി നോക്കി അവൻ ചോദിച്ചു.

അച്ഛൻ ഒന്നും പറയാതിരുന്നപ്പോൾ അവൻ കടലാസ്പൊതി അഴിച്ചു. അണ്ടിപ്പരിപ്പും ഉണക്കമുന്തിരിയും കണ്ണനെ നോക്കി കണ്ണുരുട്ടി. അണ്ടിപ്പരിപ്പിനേക്കാൾ ഉണക്കമുന്തിരിയാണ് അവനിഷ്ടം. അതിൽനിന്ന് കുറച്ച് ഉണക്കമുന്തിരി അവൻ എടുത്തു. അങ്ങനെ എടുക്കുന്നത് അച്ഛന് ഇഷ്ടമല്ലെന്ന് അവനറിയാം.

''ഉണ്ടാക്കിക്കഴിഞ്ഞ് കണ്ണനെ വിളിക്കാം. കണ്ണൻ അവരുടെ അടുത്തേക്ക് ചെല്ല്.'' അച്ഛൻ സ്നേഹത്തോടെ കണ്ണനെ അടുക്കളയിൽനിന്ന് പറഞ്ഞുവിട്ടു.

വീട്ടിലാകെ സന്തോഷം നിറഞ്ഞുനിൽക്കുന്നതുപോലെ കണ്ണന് തോന്നി. മുത്തശ്ശനും മുത്തശ്ശിയും അമ്മയോട് നിർത്താതെ

സംസാരിക്കുന്നത് അമ്മയുടെ കുടുംബത്തിലുള്ള ഓരോരുത്തരുടെ കാര്യങ്ങളാണെന്ന് കണ്ണന് മനസ്സിലായി.

‘‘നിങ്ങള് ഒരാഴ്ച കഴിഞ്ഞ് പോയാ മതി. സൗകര്യം കുറവാണെങ്കിലും...’’ അമ്മ പറഞ്ഞത് കണ്ണൻ കേട്ടു.

അതു കേട്ടപ്പോൾ അവർ കൂടുതൽ ദിവസം വീട്ടിൽ ഉണ്ടാവില്ലെന്ന് മനസ്സിലായത്. മുത്തശ്ശനും മുത്തശ്ശിയും എന്നും വീട്ടിൽ ഉണ്ടായിരുന്നെങ്കിൽ എന്നാണ് കണ്ണൻ ആഗ്രഹിച്ചത്.

‘‘മുത്തശ്ശിയും മുത്തശ്ശനും ഇവിടെനിന്ന് പോകണ്ട.’’ അവരുടെ സംഭാഷണം ശ്രദ്ധിച്ചിട്ട് അവൻ പറഞ്ഞു.

‘‘മോൻ സ്കൂള് പൂട്ടുമ്പോ മുത്തശ്ശന്റേയും മുത്തശ്ശിയുടെയും വീട്ടിൽ വന്നാൽ മതി.’’ മുത്തശ്ശി പറഞ്ഞു.

‘‘അമ്മേ, സ്കൂളടച്ചാ ഞാൻ മുത്തശ്ശിയുടെയും മുത്തശ്ശന്റെയും വിട്ടിൽപോയി കുറെ ദിവസം നിൽക്കും.’’ കണ്ണൻ അപ്പോൾത്തന്നെ അമ്മയോടു പറഞ്ഞു.

‘‘സ്കൂളടയ്ക്കട്ടെ. എന്നിട്ട് നമുക്ക് അച്ഛനോടു പറയാം.’’ അമ്മ പറഞ്ഞു.

കണ്ണന് ആശ്വാസമായി. അവൻ വീണ്ടും അടുക്കളയിലേക്കു പോയി അച്ഛൻ പ്രഥമൻ ഉണ്ടാക്കുന്നത് നോക്കിനിന്നു. അപ്പോഴേക്കും മുത്തശ്ശനും അടുക്കളയിലേക്കു വന്നു.

‘‘പണി കഴിഞ്ഞു. ഇനി ഇതൊന്ന് വറത്തിട്ടാ മതി.’’ അച്ഛൻ പറഞ്ഞു.

വലിയ ഓട്ടുരുളി വാങ്ങിവച്ചശേഷം, ചെറിയ ഓട്ടുരുളി അച്ഛൻ അടുപ്പിൽവച്ചു. ഭരണിയിൽനിന്ന് നെയ്യ് എടുത്ത് ഒഴിച്ച് അണ്ടിപ്പരിപ്പും ഉണക്ക മുന്തിരിയും ഇട്ട് ഇളക്കുന്നത് കണ്ണൻ നോക്കിനിന്നു.

‘‘അത് കറുമ്പിയുടെ നെയ്യാണോ അച്ഛാ?’’ അവൻ ചോദിച്ചു.

‘‘ഏയ്, ഇതു നന്ദിനിയുടെ നെയ്യാ.’’ അച്ഛൻ ചിരിച്ചുകൊണ്ടു പറഞ്ഞു.

അച്ഛൻ ചിരിച്ചപ്പോൾ കണ്ണന് സംശയം തോന്നി. എങ്കിലും അച്ഛൻ കള്ളം പറയില്ലെന്ന വിശ്വാസം ഉള്ളതുകൊണ്ട് ആ ചിരി കാര്യമായി എടുത്തില്ല. വറുത്തെടുത്ത അണ്ടിപ്പരിപ്പും ഉണക്കമുന്തിരിയും വലിയ ഉരുളിയിലേക്കിട്ട് ഇളക്കുമ്പോൾ ഒരു പ്രത്യേക മണം അവിടെ പരന്നു. അതോടെ പ്രഥമന്റെ പണി തീർന്നുവെന്ന് മനസ്സിലായി. വലിയ തവിയെടുത്ത് പ്രഥമൻ ചെറിയ ഒരു പാത്രത്തിലേക്ക് അച്ഛൻ ഒഴിച്ചുവച്ചു.

''ആറിയിട്ട് നമുക്ക് കഴിക്കാം.'' പാത്രം വാഴയിലകൊണ്ട് മൂടി വച്ചുകൊണ്ട് അച്ഛൻ പറഞ്ഞു.

അടുക്കളയിൽനിന്ന് പുറത്തേക്കിറങ്ങിയപ്പോൾ അച്ഛൻ നന്നായി വിയർത്തു കുളിച്ചിരിക്കുന്നത് കണ്ണൻ കണ്ടു. അമ്മയും മുത്തശ്ശിയും തമ്മിൽ അപ്പോഴും നിർത്താതെ സംസാരിക്കുന്നതാണ് കണ്ണൻ കണ്ടത്.

കുളികഴിഞ്ഞ് ലുങ്കി മാറ്റി അച്ഛൻ മുണ്ടുമുടുത്ത് പതിവുപോലെ പീടികയിലേക്ക് പോകാനായി ഇറങ്ങുമ്പോൾ അച്ഛൻ മുത്തശ്ശനോട് എന്തോ സംസാരിച്ചുനിൽക്കുന്നത് അവൻ കണ്ടു. അച്ഛനും മുത്തശ്ശനും പിണക്കത്തിലാണെന്ന് അമ്മ പറഞ്ഞത് അവൻ അപ്പോൾ ഓർത്തു. അവരുടെ പിണക്കമെല്ലാം മാറിയെന്ന് കണ്ണന് മനസ്സിലായി. പിണക്കം മാറ്റിയത് വല്യമ്മായി ആയിരിക്കുമെന്ന് അവൻ ഊഹിച്ചു. വല്യമ്മായി ആണല്ലോ മുത്തശ്ശനും മുത്തശ്ശിയും വീട്ടിലേക്കു വരുന്ന കാര്യം പറഞ്ഞത്.

അച്ഛന്റെയും മുത്തശ്ശന്റെയും അടുത്തേക്ക് ചെന്നപ്പോൾ, ഇന്നു പീടികയിൽ പോകണ്ടെന്നു അച്ഛനോടു പറഞ്ഞാലോ എന്ന് കണ്ണൻ ആലോചിച്ചു. അവർ സംസാരിക്കുന്നത് നന്ദിനിയെക്കുറിച്ചാണ്. നന്ദിനി സ്വർഗ്ഗത്തിലെ പശുവാണെന്നാണ് അച്ഛൻ പറഞ്ഞതെങ്കിലും വീട്ടിലെ നന്ദിനിയും ഇപ്പോൾ സ്വർഗ്ഗത്തിലെ കാമധേനു ആണെന്ന് കണ്ണനു തോന്നി.

* * * * * *

സന്ധ്യയ്ക്ക് പൂജാമുറിയിൽ വിളക്ക് കത്തിച്ചപ്പോൾ പ്രാർത്ഥിക്കാൻ ചേച്ചിയോടൊപ്പം മുത്തശ്ശനും മുത്തശ്ശിയും വന്നിരുന്നു.

''ഇത് രാമായണമല്ലേ?'' വിളക്കിനു മുന്നിലെ ഉയരമില്ലാത്ത ചെറിയ സ്റ്റൂളിലിൽ ഇരുന്ന പുസ്തകമെടുത്ത് മുത്തശ്ശൻ ചോദിച്ചു.

''രാമായണവും ഭാഗവതവും ഉണ്ട്.'' കണ്ണൻ പറഞ്ഞു.

''രാമായണം വായിക്കുന്നത് കർക്കടക മാസത്തിലല്ലേ മുത്തശ്ശാ?'' ചേച്ചി ചോദിച്ചു.

''കർക്കടകത്തിലേ വായിക്കാവൂ എന്നില്ല. ഇതു പഴയ ബുക്കായതുകൊണ്ട് വായിക്കാൻ കുറച്ച് പ്രയാസമാ. ചെറിയ അക്ഷരമാണ്.'' രാമായണമെടുത്ത് നിവർത്തിക്കൊണ്ട് മുത്തശ്ശൻ പറഞ്ഞു.

''അച്ഛൻ ഇതാ വായിക്കുന്നത്.'' കണ്ണൻ പറഞ്ഞു.

''മുത്തശ്ശാ, കണ്ണനും രാമായണം വായിക്കാനറിയാം.'' ചേച്ചി പറഞ്ഞു.

ശരിയാണോ എന്ന അർത്ഥത്തിൽ തലയിളക്കി മുത്തശ്ശൻ കണ്ണനെ സന്തോഷത്തോടെ നോക്കി. അവൻ ഒന്നും പറയാതെ ചിരിച്ചു.

മുത്തശ്ശൻ രാമായണം നിവർത്തി വിളക്കിനടുത്തേക്ക് നീങ്ങിയിരുന്ന് അല്പസമയം നോക്കിയ ശേഷം പതുക്കെ മൂളാൻ തുടങ്ങി. മൂളൽ പതുക്കെ, നല്ല ഈണത്തിലുള്ള വായനയിലേക്ക് മാറി. കണ്ണൻ മുത്തശ്ശന്റെ അടുത്തേക്ക് ചേർന്നിരുന്നു. അപ്പോഴേക്കും മുത്തശ്ശിയും വന്ന് അവരുടെ അടുത്തിരുന്നു.

കുടിപ്പള്ളിക്കൂടത്തിൽ നിന്നുതന്നെ മലയാളം വായിക്കാനും എഴുതാനും അവൻ പഠിപ്പിച്ചിരുന്നു. രണ്ടാം ക്ലാസ്സിലായപ്പോൾ രാമായണം വായിക്കാനും അച്ഛൻ അവനെ പരിശീലിപ്പിച്ചു. സന്ധ്യയ്ക്ക് വിളക്ക് കൊളുത്തുമ്പോൾ എല്ലാദിവസവും രാമായണം വായിക്കണമെന്ന് അച്ഛൻ കണ്ണനോടു പറഞ്ഞെങ്കിലും അച്ഛൻ വീട്ടിലില്ലെങ്കിൽ കണ്ണൻ വായിക്കാറില്ല. അച്ഛൻ വന്നാൽ ദേഹശുദ്ധി വരുത്തി, സന്ധ്യയ്ക്ക് പ്രാർത്ഥനയ്ക്കുശേഷം കെടുത്തിയ വിളക്ക് വീണ്ടും കത്തിച്ച് ഭാഗവതം വായിക്കും. കർക്കടകമാസത്തിൽ രാമായണമാണ് വായിക്കുക. അച്ഛൻ വാക്കുകൾ പിരിച്ചു പിരിച്ച് വായിക്കുന്നതുകൊണ്ട് രാമായണത്തിലെ കഥ കുറച്ച് കണ്ണനു മനസ്സിലായിരുന്നു. ചില ദിവസങ്ങളിൽ അച്ഛൻ വായിച്ചതുതന്നെ കണ്ണനെക്കൊണ്ട് വായിപ്പിച്ച് ആ ഭാഗത്തെ കഥ പറയും.

അച്ഛൻ വായിക്കുന്നതുപോലെ വായിക്കാൻ ശ്രമിച്ചാലും വാക്കുകളുടെ അർത്ഥം അറിയാത്തതുകൊണ്ട് അതുപോലെ വായിക്കാൻ കണ്ണന് കഴിയാറില്ല. അർത്ഥം മനസ്സിലായില്ലെങ്കിലും വായന മുടക്കരുതെന്ന് അമ്മയും കണ്ണനെ നിർബ്ബന്ധിച്ചു. കണ്ണൻ വായിക്കുമ്പോൾ ഏതെങ്കിലും വാക്ക് തെറ്റി വായിച്ചാൽ അപ്പോൾത്തന്നെ അച്ഛൻ തിരുത്തും.

മുത്തശ്ശൻ സംഗീതം കലർത്തിയാണ് വായിച്ചത്. അർത്ഥം ഇടയ്ക്ക് പറയാൻ തുടങ്ങിയപ്പോൾ കണ്ണന് അത് രസമായി തോന്നി. വായിക്കുമ്പോൾ വരികളെല്ലാം കാണാതെ പഠിച്ച മട്ടിൽ പുസ്തകം നോക്കാതെ ഇടയ്ക്ക് കണ്ണന്റെ മുഖത്തുനോക്കി നീട്ടിപ്പാടിയപ്പോൾ അത് കേട്ടിരിക്കാൻ നല്ല രസം തോന്നി.

''മുത്തശ്ശൻ ഇനി ഇവിടുന്ന് പോവണ്ട.'' രാമായണം വായിച്ചു കഴിഞ്ഞപ്പോൾ കണ്ണൻ പറഞ്ഞു.

''ആലോചിക്കാം.'' മുത്തശ്ശൻ പറഞ്ഞു.

''കഴിഞ്ഞവർഷം കർക്കടകമാസത്തിൽ രാമായണം മുഴുവൻ കണ്ണൻ വായിച്ചു.'' അമ്മ പറഞ്ഞു.

‘‘ഓരോ വാക്കും പിരിച്ച് അർത്ഥം വ്യക്തമാകത്തക്കവിധം വായിക്കണം.’’ മുത്തശ്ശൻ പറഞ്ഞു.

വാക്കുകൾ ചേർത്തെഴുതിയതുകൊണ്ട് എവിടെയാണ് മുറിക്കേണ്ട തെന്ന് അവന് പലപ്പോഴും മനസ്സിലായില്ല.

‘‘കണ്ണൻ വായിക്കുന്നത് മുത്തശ്ശിക്കൊന്ന് കേൾക്കണം.’’ മുത്തശ്ശൻ വായന മതിയാക്കിയപ്പോൾ അതുവരെ മിണ്ടാതിരുന്ന മുത്തശ്ശി പറഞ്ഞു.

കണ്ണൻ എല്ലാവരേയും ഒന്നു നോക്കിയിട്ട് മുത്തശ്ശന്റെ കൈയിൽ നിന്ന് രാമായണം വാങ്ങി. മുത്തശ്ശൻ വിളക്കിന്റെ പിന്നിലേക്കു മാറി യിട്ട് കണ്ണനെ മുന്നിലേക്കിരുത്തി.

താൻ എന്തോ നേടിയെന്ന് അപ്പോൾ കണ്ണന് തോന്നി. അവൻ രാമായണം എടുത്ത് രണ്ടായി പകുത്ത് വലതു വശത്തുനിന്ന് ഏഴു വരിയും ഏഴക്ഷരവും കഴിഞ്ഞ് വായിക്കാൻ തുടങ്ങി. എട്ടുവരി വായി ച്ചിട്ട് കണ്ണൻ പെട്ടെന്ന് നിർത്തി.

കൂട്ടുകുടുംബം

മുത്തശ്ശിയും മുത്തശ്ശൻ കണ്ണന്റെ വായന കേട്ട് അത്ഭുതത്തോടാണ് അവനെ നോക്കി ചിരിച്ചത്. താൻ വായിച്ചതിൽ വല്ല തെറ്റും പറ്റി യിട്ടുണ്ടോ എന്ന് അവൻ സംശയിച്ചു.

''കണ്ണന് ഒരു വയസ്സായപ്പോൾത്തന്നെ, രാമായണം വായിക്കുന്നത് കേട്ടാൽ കണ്ണൻ അപ്പോൾ അവിടെയെത്തും. എഴുത്തിനിരുത്തുന്ന തിന് മുമ്പുതന്നെ ഗോവിന്ദേട്ടൻ കണ്ണന് അതിലെ കഥകൾ പറഞ്ഞു കൊടുത്തിട്ടുണ്ട്.'' അമ്മ പറഞ്ഞു.

''അതുകൊണ്ടാ കണ്ണന് രാമായണം വായിക്കാൻ ഇഷ്ടമുള്ളത്. അല്ലേ കണ്ണാ?'' മുത്തശ്ശി പറഞ്ഞു.

എല്ലാവരും പറഞ്ഞതുകേട്ടപ്പോൾ കണ്ണന് സന്തോഷമായി. താനൊരു കേമനാണെന്ന് അവനു തോന്നി.

''മോൾക്ക് വായിക്കാൻ അറിയില്ലേ?'' മുത്തശ്ശി ചേച്ചിയെ നോക്കി ചോദിച്ചു.

''അറിയാം. അച്ഛൻ, എന്നേയും വായിപ്പിക്കാൻ പഠിപ്പിച്ചിട്ടുണ്ട്.'' ചേച്ചി പറഞ്ഞു.

''നീയൊന്ന് വായിച്ച് അവരെ കേൾപ്പിക്ക്.'' അമ്മ ചേച്ചിയോട് പറഞ്ഞു.

''ഇപ്പോ വേണ്ട.'' ചേച്ചി ഒഴിഞ്ഞുമാറി.

''കുട്ടിയായിരിക്കുമ്പോ വായിക്കാൻ ഇഷ്ടമായിരുന്നു. ഇപ്പോ വലിയ ആളായപ്പോ...'' അമ്മ ചേച്ചിയെ കളിയാക്കി.

''അച്ഛൻ എല്ലാ ദിവസവും കണ്ണനെയല്ലേ വായിപ്പിക്കുന്നത്?'' ചേച്ചി പരിഭവത്തോടെ പറഞ്ഞു.

''....മിഥിലാപുര 'മകം' പുക്കിതു ദശരഥൻ'' എന്നല്ലേ കണ്ണൻ വായിച്ചത്. മിഥിലാപുരം 'അകം' പുക്കിതു ദശരഥൻ എന്നാ വായി ക്കേണ്ടത്.'' അച്ഛനാണ് പറഞ്ഞത്. അച്ഛനും തന്റെ വായന കേൾക്കാൻ

അവിടെ ഉണ്ടായിരുന്നുവെന്ന് അപ്പോഴാണ് കണ്ണൻ അറിഞ്ഞത്. പീടികയിൽ പോയാൽ അച്ഛൻ ഇത്ര നേരത്തെ വീട്ടിൽ എത്താറില്ല. കണ്ണൻ മുത്തശ്ശന്റെ മുഖത്തേക്ക് നോക്കി.

''എന്താ നീ വായന നിർത്തിയത്?'' അച്ഛൻ ചോദിച്ചു.

''ഇനി, അച്ഛൻ വായിച്ചാ മതി.'' കണ്ണൻ പറഞ്ഞു.

''ഓരോ വരി വായിച്ചു കഴിയുമ്പോഴും അച്ഛൻ വീണ്ടും വായിപ്പിച്ച് തെറ്റ് തിരുത്തും. അതുകൊണ്ടാ കണ്ണന് നന്നായി വായിക്കാൻ കഴിയുന്നത്.'' ചേച്ചി പറഞ്ഞു.

''ഇന്ന് ഞാൻ വായിച്ചത് ശരിയായില്ല.'' അച്ഛൻ തെറ്റുതിരുത്തിയതുകൊണ്ടാണ് അവൻ പറഞ്ഞത്.

''മോൻ, വായിച്ചത് അസ്സലായി. എന്റെ മോൻ കുട്ടിയല്ലേ. ചെറിയ തെറ്റൊന്നും സാരമില്ല.'' മുത്തശ്ശി കണ്ണന്റെ അടുത്തേക്കുവന്ന് കെട്ടിപ്പിടിച്ച് ഉമ്മകൊടുത്തുകൊണ്ട് പറഞ്ഞു.

''തെറ്റ് അപ്പോൾത്തന്നെ തിരുത്തണം.'' അച്ഛൻ പറഞ്ഞതിനെ ന്യായീകരിച്ചുകൊണ്ട് കണ്ണന്റെ കവിളിൽ തലോടിക്കൊണ്ട് മുത്തശ്ശൻ, പറഞ്ഞു.

''രാമായണം മുഴുവൻ മനപ്പാഠമാക്കിയ ആളാ മുത്തശ്ശൻ...'' മുത്തശ്ശി പറഞ്ഞു.

മുത്തശ്ശി പറഞ്ഞത് ശരിയാണോ എന്ന മട്ടിൽ അവൻ മുത്തശ്ശനെ നോക്കി.

''എന്തിനാ, കണ്ണൻ രണ്ടായി പകുത്ത് ഏഴു വരിയും ഏഴക്ഷരവും കഴിഞ്ഞ് വായിച്ചത്?'' മുത്തശ്ശി ചോദിച്ചു.

''അങ്ങനെ വായിച്ചാൽ നമ്മുടെ വീട്ടിൽ ഉടനെ നടക്കുന്ന കാര്യം കഥയിൽനിന്ന് ആലോചിച്ച് പറയാൻ കഴിയുമെന്ന് അച്ഛനാ പറഞ്ഞത്.'' കണ്ണൻ പറഞ്ഞു.

''ഇപ്പോൾ പകുത്ത് വായിച്ചതിൽനിന്ന് കണ്ണന് എന്തു മനസ്സിലായി?'' മുത്തശ്ശൻ ചോദിച്ചു.

''ദശരഥൻ ജനകന്റെ കൊട്ടാരത്തിൽ ആദ്യമായിട്ടു വരുന്ന കാര്യമല്ലേ ഞാൻ വായിച്ചത്, അതുപോലെ മുത്തശ്ശനും മുത്തശ്ശിയും ഇവിടെ ആദ്യമായിട്ടല്ലേ വന്നത്?'' കണ്ണൻ പറഞ്ഞു.

അതുകേട്ടതും മുത്തശ്ശൻ കണ്ണന്റെ നെറുകയിൽ ഉമ്മവച്ചുകൊണ്ട് അവന്റെ തലയിൽ തന്റെ തല ചേർത്തുവച്ച് സന്തോഷത്തോടെ കവിളിൽ തലോടി.

കൂട്ടുകുടുംബ സംവിധാനത്തെക്കുറിച്ച് പഠിപ്പിക്കുമ്പോൾ, അച്ഛനും അമ്മയും മുത്തശ്ശനും മുത്തശ്ശിയും അച്ഛൻ പെങ്ങളും അവരുടെ കുട്ടികളും ചെറിയച്ഛനും ചെറിയമ്മയും അവരുടെ കുട്ടികളും അങ്ങനെ എല്ലാവരുമുള്ള വീടാണ് കൂട്ടുകുടുംബം എന്നാണ് ടീച്ചർ പറഞ്ഞത്. അങ്ങനെ എല്ലാവരും ഒരുമിച്ച് താമസിക്കുന്നത് എന്തു രസമായിരിക്കുമെന്നാണ് കണ്ണൻ അപ്പോൾ ആലോചിച്ചത്.

കണ്ണൻ രാമായണം മടക്കിവച്ചപ്പോൾ അവൻ പ്രാർത്ഥിച്ചത് മുത്തശ്ശനും മുത്തശ്ശിയും വീട്ടിൽ എപ്പോഴും ഉണ്ടാകണേ എന്നാണ്.

‘‘അമ്മേ, പ്രഥമൻ ഇപ്പോൾ ആറിയിട്ടുണ്ടാവും’’ വായന മതിയാക്കി എഴുന്നേറ്റപ്പോൾ കണ്ണൻ പറഞ്ഞു.

‘‘രാമായണം വായിക്കുമ്പോഴും പ്രഥമനെക്കുറിച്ചായിരുന്നു ചിന്ത.’’

ചേച്ചി കണ്ണനെ കളിയാക്കി. പറഞ്ഞതു കേട്ട് എല്ലാവരും ചിരിച്ചപ്പോൾ കണ്ണനും ചിരിച്ചു.

■